ወደ እግዚአብሔር የሚቀርብ ጸሎት

ወደ እግዚአብሔር የሚቀርብ ጸሎት

አበራ ተሰማ (መጋቢ)

ወደ እግዚአብሔር የሚቀርብ ጸሎት

ማውጫ

1	አበርክቶት	7
2	ምሥጋና	8
3	መቅድም	13
4	መግቢያ	14
5	ወደ እግዚአብሔር የሚቀርብ ጸሎት	16
	• የጸሎት እንቅፋቶች	
	• የሚያስከትለው ውጤት	
	• ስንጨነቅ ምን እናድርግ ?	
6	የተለመዱ የጸሎት አይነቶች	23
7	ሰባት የዓምልኮና የምሥጋና ቃላት በዕብራይስጥ	24
	• ያዳ	
	• ታዕዳ	
	• ሃላው	
	• ሺባክ	
	• ባራክ	
	• ዜማር	
	• ሃላ	
8	ንስሐ	32
	• ንስሐ ማለት ምን ማለት ነው ?	
	• የእግዚአብሔር አገልጋች መረዳት	

ወደ እግዚአብሔር የሚቀርብ ጸሎት

- ከጓጢአት መናዘዝና መንጻት
- በንስሐ የመመለስ ጸሎት
- ንስሐ የምንገባው እንዴት ነው?

9 ይቅር አለማለት የሚያስከትለው ጉዳት — 37

- ምህረትና ይቅርታን እንዴት እንሰጣለን?
- ልመናን ወደ እግዚአብሔር የማቅረብ ጸሎት
- ልመናን ወደ እግዚአብሔር የማቅረብ ጸሎት ስናደርግስ

10 የምልጃ ጸሎት — 40

- ሪቫይቫል እንዲመጣና አገልጋይ እንዲልክ

11 ዳንኤል ናሺ - የጸሎት ልዑል — 46
12 ካትሪን ኩልማን — 54
13 ሄፍሊን ፋሚሊ — 56
14 ብላቴናው ኢቫን ሮበርት — 61
15 ለሪቫይቫል ስንጸልይ ለእግዚአብሔር ክብር ይሁን — 64
16 ጸሎት የሚያመጣው የሪቫይቫል ምልክቶች — 67

- እንጸልይ ዘንድ አስተማረን
- እግዚአብሔርን መራብ
- የእግዚአብሔር ቃል የበላይነት
- የኢየሱስ ክርስቶስ ማዕከላዊነት
- ንስሐና የህይወት ለውጥ
- የነፍሳት መፍለስ፣ ድንቅና ተዓምራት

ወደ እግዚአብሔር የሚቀርብ ጸሎት

- የቅዱሳን ፍቅርና አንድነት
17 መንፈሳዊ ውጊያና የተቃውሞ ጸሎት 89
    - ለመንፈሳዊ ውጊያ መሠረታዊ መርሐዎች
    - መንፈሳዊ ውጊያን ለመዋጋትና ለክህነት ተጠርተናል
18 ጸሎት እንደቤተሰብ 101
    - የሕብረት ጸሎት ጥቅም
    - የጸሎት ጉባኤን ለማሟሟሩ
    - በጸሎት መሪዎች ላይ የሚታዩ ችግሮችን ማስወገድ
    - በጸሎት ሥፍራ የመንፈስን አንድነት መጠበቅ
    - የጸሎት ሕብረትና አደረጃጀት
19 የዕምነት አስፈላጊነት 120
    - አለማመን የለመንሥውን እንዳንቀበል ያደርጋል
20 ጸሎት ከግል ወደ ቤተሰብና ወደ ቤተክርስቲያን ይመለስ 125
21 ጾምና ጸሎት በብሉይና በአዲስ ኪዳን 129
    - በብሉይ ኪዳን
        - በጾም ግዜ የሚደረጉ
        - እግዚአብሔር የሚፈልገው ጾም
        - ውጤቱ
        - መወገድ ያለባቸው ባህርያት
        - የብሉይ ኪዳን ጾምና ጸሎት አቀራረብ
    - በአዲስ ኪዳን

ወደ እግዚአብሔር የሚቀርብ ጸሎት

○ በመጽሐፍ ቅዱስ ላይ የተመዘገቡ የሕብረት ጸሎቶች

22 ጾምና ጸሎት ለምን ያስፈልጋል? 135

- የጾም አይነቶች
- ጾምን ዋጋ የሚያሳጣው
- የጾምና የጸሎት አካሄዶችን ማወቅ
- መጸለይ የሚችሉ መጾም ግን የሌለባቸው
- ጾምና ይቅርታ
- የእግዚአብሔር ቃልና ጸሎት
- ቃሉን ያለማወቅ ጉዳት
- እንደ እግዚአብሔር ቃል መጸለይ
- ከግብዝነት የነጻ ጸሎት
- መንፈሳዊ ግብዝነት ህይወት
- የምንጸልየው የጌታን ምሳሌነት በመከተል ነው
- ጸሎትና የእግዚአብሔር አገልጋዮች

23 በየመመናቱ የተነሱ የጸሎት ሰዎች 155
24 የእግዚአብሔር ኃይል የሚታይበት ጸሎት 156
25 በተለያዩ ሁኔታዎች ወደ እግዚአብሔር የሚቀርብ ጸሎት 156
26 ጸሎትና የጌታ ምሳሌነት 159

- እግዚአብሔርን ስለሁሉነገር ማመስገን

27 ወደ እግዚአብሔር በጸሎት ለምን እንቀርባለን ? 161
28 እንደ እግዚአብሔር ቃል መጸለይ 161

ወደ እግዚአብሔር የሚቀርብ ጸሎት

- በብሉይ ኪዳን
- በአዲስ ኪዳን
- በመንፈስ መጸለይ
- በመንፈስ መመራት
- እንደ እግዚአብሔር ቃል የሆነ ዕምነት
- እንደ ቃሉ ማመን
- የግል ጸሎትን አስመልክቶ
- ቤተሰብን በእግዚአብሔር መንገድ መምራት
- የቤተ ክርስቲያን የሕብረት ጸሎት
- እግዚአብሔርን መፈለግ

29	የጸሎት ሕብረት አደረጃጀት መርሕ	173
30	ስለ ጥምና ጊዜ ቅድመ ዝግጅት	175
31	ራሳችንን ለቅድስና ማዘጋጀት	184
32	ዋቢ መጸሀፍት	185

ወደ እግዚአብሔር የሚቀርብ ጸሎት

አበርክቶት

ይህ መጽሐፍ በብሉይና በአዲስ ኪዳን ለአገር ፤ ለህዝብና ለቤተ ክርስቲያን እንዲሁም ለነፍሳት ድነት በጸሎትና በምልጃ ለተጋደሉ ቅዱሳን ሁሉ መታሰቢያ ይሁንልኝ።

ወደ እግዚአብሔር የሚቀርብ ጸሎት

ምሥጋና

ከሁሉ አስቀድሜ ይህን ሸክም ወደእኔ እንዲመጣና እንድጽፍም በጸጋው ለረዳኝ ውስጤንም ላነሳሳ አዳኜና ጌታዬ ለሆነው አምላክ ክብርና ምሥጋና ከዘላለም እስከለዘላለም ለእርሱና ለእርሱ ብቻ ይሁንልኝ።።

በመቀጠልም ለውድ ልጄ ለሳሙኤል አበራና ዋጋ በመክፈል አብረውኝ እያገለገሉ ላሉ ለአማኑኤል የኢትዮጵያ ወንጌላዊት ቤተ ክርስቲያን ቅዱሳኖች ሁሉ ልክ እንደ ሃሮንና አሮን እጄን ደግፈው ስላገዙኝ ከልብ የሆነ ምሥጋናዬን አቀርብላቸዋለሁ።።

በተጨማሪም ሥነ ጽሑፉን በማረምና በማስተካከል እንደዚሁም ሃሳብ በመስጠትና በማበረታታት ለረዱኝ ለወንድም አማረ ታቦር፣ ለእህት ኤልሣ ኃይሉ፣ ለወንድም የኋላእሸት ካሣ ፣ ለመጋቢ ሽፈራው ፈይሣ ፣ ለመጋቢ ወርቁ ለገሠ፣ ለዶ/ር ቄስ ምትኩ ዘለቀ ለወንድም አሸናፊ በልሁና ሌሎችም ስማቸው እንዲጠቀስ ላልፈለጉት ይህንን በጸሎት ላይ ያተኮረ መጽሐፍ ለብዙዎች እንዲደርስ የተወደደ ጊዜያቸውን ፣ ዕውቀታቸውን ፣ ገንዘባቸውን በደስታና በልግስና ስላደረጉት አስተዋጽዖ በጌታ በየሱስ ክርስቶስ ሥም እግዚአብሔር አምላክ እንደቸርነቱ አብዝቶ ይባርካቸው ዘንድ ምኞቴም ጸሎቴ ነው።።

ወደ እግዚአብሔር የሚቀርብ ጸሎት

"በእግዚአብሔር የጸጋው ባላጠግንነት ተደግፈው፣ ዘመናትን የጸኑ አገልጋዮች ተመክሮ እጅግ ያንጸኛል። የሕይወት ውጣ ውረዳቸው ተግባራዊ ጥበብን ያስታጥቃቸዋልና የሚጽፉ ይብዙልን። በተለይ እጅግ ተግዳሮቶች በተሞላው የመጋቢነት ማሳ ላይ ዘመናት የከረሙ አገልጋዮች ለተግባራዊ ክርስትና የሚጠቅሙ እውቀቶችን ያስታጥቁናል።

በዚህ የክርስትና ኑሮ አንኳር ከሆኑ እሴቶች ደግሞ አንዱ የፀሎት ሕይወት ነው። እግዚአብሔርን እና ፈቃዱን አውቆ በሙላት ለመኖር ከአምላካችን ጋር ሕብረት የምናደርግበት የየዕለት ሕይወት፤ ፀሎት።

በዚህ «ወደ እግዚአብሔር የሚቀርብ ጸሎት» በሚለው መጽሐፉ ላይ ፓስተር አበራ ስለተለያዩ የጸሎት አይነቶች፣ ስለ ጸሎት እንቅፋቶች፣ ስለ ሕብረት ጸሎት፣ ስለውጊያ ጸሎት፣ እንዲሁም ጸሎት ስለሚያመጣቸው በረከቶች እና ስለ አምልኮ ሕይወትም ልንረዳው በሚመች አጻጻፍ አንኳር አንኳር ሀሳቦችን አካፍሎናል። በረጅም ዘመንና በበዛ ጸጋ ያገለገሉ አገልጋዮችን ተመክሮም በማቅረብ በምስክርነቶች አጅቦ ግሩም መጽሐፍ አቅርቦልናል።

ማንበባችን ለጸሎት ሕይወታችን ተግባራዊ እድገት እንዲያበቃን እየተመኘሁ፣ ፓስተር አበራን ዘመንህ ይጨምር፣ አገልግሎትህ ይስመር፣ ብዕርህ አይነጠፍ ለማለት እወዳለሁ።»

መጋቢ ወርቁ ለገሠ

በወንድሜ በፓስተር አበራ ተሰማ የተጻፈውን "ወደ እግዚአብሔር የሚቀርብ ጸሎት" የሚለውን መጽሐፍ ሳነበው በእጅጉ ተባርኬበታለሁ። በተለይ ጸሎት የሚያመጣው መንፈሳዊ ሪቫይቫልና ከዚያ ጋር ተያይዘው የቀረቡት ምስክርነቶች ልብ የሚነኩና አገራዊ በሆነ አጀንዳና ለቤ/ክ መነሳት ትልቅ አቅጣጫ ሰጪ መሆኑን ከመጽሐፉ ተረድቻለሁ። ሁላችን እንደምናውቀው በዚህ ዘመን በቤ/ክ የሚደረጉ ጸሎቶች መልካቸውን የቀየሩ፣ ቁስ-አበድ የሆኑ፣ የጸሎት መሪዎች የሚጸልዩና የሚያስጸልዩ ሳይሆኑ ስብከትን ለጸሎት በተንበረከኩ ሰዎች ላይ የሚለማመዱ እንደሆነ የሁላችንም ትዝብት ነው። በዚህ መጽሐፍ ግን እንዴት ወደ እግዚአብሔር መጸለይ እንዳለብን አጽንዖት ሰጥቶ ምክርና ማብራሪያን ይሰጠናል። በተጨማሪም በጸሎት የሚደረግ መንፈሳዊ ውጊያ ምንነትና አደራረጉን ቁልጭ አድርጎ ያሳየናል። ይህንን መጽሐፍ በማንበብ ተጠቃሚ እንዲሆኑ እያሳሰብኩ። ከደራሲው የፓስተር አበራ ተሰማ የጸሎት ሕይወት ልምምድ ተጨልፎ የወጣ መጽሐፍ እንደሆነ መጽሐፉን ሲያነቡት መገንዘብ ይችላሉ። እኔም በግሌ ላለፉት ሃያ አራት ዓመታት እርሱን ሳውቀው የጸሎት ሰው መሆኑን ምስክርነቴን እየሰጠሁ፣ ፓስተር አበራ ይህንን መጽሐፍ ለክርስቶስ አካል ማለትም ለቤ/ክ አበርክቶት ስላዋልከው ከልቤ ላመሰግንህ እወዳለሁ። መጽሐፍዋን በማንበብ የጸሎት አቅጣጫችሁ እንዲቀየር የእኔም ጸሎት ነው።

ሽፈራው ፈይሳ (መጋቢ)

ቃለ ሕይወት ቤ/ክ ከኢትዮጵያ

ፓስተር አበራ ያዘጋጀው መፅሃፍ በይዘቱ ፀሎት ወደማን እንደሚቀርብ፣ እንዴት እንደሚቀርብ፣ እና ፀሎት የሚሰማበት ምክንያቶች እና የማይሰማበት ምክንያቶች ጭምር በዝርዝር አመልካች ነው።

ከሁሉ በላይ ፓስተር አበራ ስለ ፀሎት የጻፈው ንድፈ ሃሳብ ብቻ ሳይሆን በተግባር ከህይወቱ ልምምድ የመነጨ እውነት መሆኑን ለማስረዳት ጭምር ነው። ይህን የተገነዘብኩበት ሁኔታ ከ 37 ዓመታት በላይ በነበረን ህብረት ስለ ፀሎት ያለውን ቅናትና ልምምዱን በቅርበት ስለማውቅ ነው። ስለዚህ ስለፀሎት የሚናገረው ከማንነቱ አንስቶ የሚናገረው እውነት መሆኑን እመሰክራለሁ።

የፀሎትን ሃይል በግል ህይወቱ የተለማመደ አገልጋይ ያለ ፀሎት የሚሆንለት ወይም የሚሳካለት ነገር እንደሌለ ከልምምዱ ያውቀዋል። አንድ አባት እንደተናገሩት “በፀሎት ያልሄድክበትን ሃገር በእግርህ አትሄድም” እንዳሉት ነው። ፀሎት የክርስትና ህይወት ቀልፍና መሰረትም ነው። ጌታም እንዳለው ያለ እርሱ ምንም ማድረግ አንችልም (ዮሃንስ 15፡5)።

ከዚህ መፅሃፍ ስለ ፀሎት አስፈላጊነትና ጥቅም ብዙ መማር ስለሚቻል የሚያነቡ ሰዎች ሁሉ እንደሚገባ እንዲጠቀሙበት አሳስባለሁ። በመፅሃፉ ውስጥ ብዙ እውነቶች የታጨቁበት ስለሆነ ተረጋግቶ የሚያነበው ሰው በብዙ ይጠቀምበታል። የፀሎት እንቅፋቶች ምን እንደሆኑ በመረዳት እንቅፋቶቹን በማስወገድ በእግዚአብሄር ፊት ተሰሚነት ያለውን ፀሎት እንዴት መፀለይ እንደሚገባን ያስተምረናል።

በተለያየ ሁኔታ የተጨነቁ ሰዎች ከጭንቀት የሚያርፉበትን ምሪት እንዴት ሊቀበሉ እንደሚችሉና በህይወት ድካም ወስጥ ያሉም በእውነተኛ ንስሃ ከእግዚአብሄር ጋር አዲስ ህይወት መጀመር እንደሚችሉ ይጠቁማል። ፀሎት የአምልኮ አንዱ ክፍል እንደመሆኑ መጠን አምልኮ የአንድን አማኝ የህወቱን አኗኗር የሚያጠቃልል ስለሆነ አንድ ጊዜ ተጀምሮ ሌላ ጊዜ የሚቆም አለመሆኑን መረዳት እጅግ ጠቃሚ ነው።

ፓስተር አበራ ይህንን የፀሎት እውነት በምዕመናን ህይወት ውስጥ እንዲነሳሳ ለማድረግ አስተዋፆ ለማበርከት የሚያስችል ፅሁፍ በዚህ መልኩ በማቅረቡ ጌታ አብዝቶ እንዲባርከውና ፀጋውን

እንዲያበዛለት ፀሎቴና ምኞቴ መሆኑን ልገልፅ እወዳለሁ። ለዚህ ሁሉ ብቃትን ለሰጠው እግዚአብሄር ክብርና ምስጋና ይሁንለት! አሜን!

ቄስ ዶ/ር ምትኩ ዘለቀ

መቅድም

ስለ ጸሎት ከማንሳታችን በፊት ጸሎት የሚጸለየው እንዴት ነው? ጸሎት የሚጸለየውስ ወደ ማን ነው? የሚሉትን ዋና ዋና ሐሳቦች ማወቅና መረዳት አላስፈላጊ ሆነው ይታዩኛል፡፡ እንግዲህ ጸሎት ወደ ማን ይቀርባል? የሚለውን ለመመለስ የእግዚአብሔርን ቃል ዋቢ አድርገን ማቅረብ ይኖርብናል፡፡ በዚህም መሠረት ቃሉ « አቤቱ፥ በጽዮን ለአንተ ምስጋና ይገባል፥ ለአንተም ጸሎት ይቀርባል። ሥጋ ሁሉ ጸሎትን ወደምትሰማ ወደ አንተ ይመጣል። » (መዝሙር 65:1-2) ይላል፡፡ እዚህ ላይ ልብ ማለትና አጽንዖት መስጠት ያለብን፤ ጸሎት የሚቀርበው ለእግዚአብሔር ብቻ መሆኑን ነው፡፡ ከዚህ ውጭ ጸሎት ሌላ አድራሻ ሊኖረው አይገባም፡፡ ጸሎት ማለት እግዚአብሔርን ማነጋገር፤ እርሱን ማመንና ሰምቶም መታዘዝ እንደሆነ ማወቅ አስፈላጊ ነው፡፡ በጸሎት ሂደት የሰው ልጅ ድርሻ የሰማውን መታዘዝና መጠበቅ ነው፡፡ ምክንያቱም «እግዚአብሔር እንዲህ ይላል፦ ያገለግሉት ዘንድ የእግዚአብሔርንም ስም ይወድዱ ዘንድ ባሪያዎቹም ይሆኑ ዘንድ ወደ እግዚአብሔር የሚጠጉትንም መጻተኞች፥ እንዳያረክሱት ሰንበትን የሚጠብቁትን ቃል ኪዳኔንም የሚይዙትን ሁሉ፥ ወደ ተቀደሰ ተራራዬ አመጣቸዋለሁ፥ በጸሎቴም ቤት ደስ አሰኛቸዋለሁ፤ ቤቴ ለአሕዛብ ሁሉ የሚሆን የጸሎት ቤት ይባላልና የሚቃጠለውን መሥዋዕታቸውንና ሌላ መሥዋዕታቸውን በመሠዊያዬ ላይ እቀበላለሁ፡፡» (ኢሳ. 56:6-7)የሚለው መለኮታዊው ቃል ምንም ግዜ የታመነ ስለሆነ ነው፡፡ እንግዲህ በዚህ ቃል መሠረት እግዚአብሔር ሕዝቡ የጸሎት ሕይወት እንዲኖረው ይፈልጋል ማለት ነው፡፡ ስለሆነም እኛም ይህንን የጸሎት ሕይወት በመኖር መትጋት ይገባናል ማለት ነው፡፡ (ሐዋ. 6:4)

ወደ እግዚአብሔር የሚቀርብ ጸሎት

መግቢያ

ጸሎት እግዚአብሔር ለሰው ልጆች ያዘጋጀው ትልቅ የመቀራረቢያ ቅዱስ ሥርዐት ሲሆን አምላክና ሰው በቅርበት የሚነጋገሩበት፣ ፍጡር ፈጣሪውን በአንድነት የሚያገኝበትና የሚወያዩበት ቤተሰባዊ ሕብረት የሚያደርጉበት ሥርዐት ነው፤ ጸሎት ከጌታም ጋር ሐሳብ መለዋወጥ የሚቻልበት ብቻ ሳይሆን የሰው ልጆች እንደ ግል፣ እንደ ቤተሰብ፣ እንደ ሕብረተሰብና እንደ ቤተክርስቲያን አለኝ የሚሉት አንጡራ ሀብታቸው ነው:: ጸሎት የሰው ልጆች በወደቀው አለም ውስጥ ተስፋና ብርሃንን የሚጎናጸፉበት ልምምድ ነው::

ጸሎት ከፈጣሪ ጋር ልዩ ሕብረት በማድረግ ውህደት የምንፈጥርበት ነው::ሰው የተፈጠረው እግዚአብሔርን እንዲያመልክና ከአምላኩና ከፈጣሪውም ጋር ሕብረት እንዲኖረው ነው:: ሰው ከአምላኩና ከፈጣሪው ጋር ሕብረቱን ፣ፍቅሩን፣ ደስታውን. ብሶቱንና ሸክሙን በአጠቃላይ እርሱነቱን በእግሩ ስር የሚያኖርበት ነው፤ ጸሎት ለሰው ሕልውናው ነው:: ሰው በባህርይው ሕብረት እንዲኖረው ተደርጎ የተፈጠረ ፍጡር ነው: : ለዚህም ነው የሰው ልጅ ከእግዚአብሔር አምላኩም ጋር በጸሎት መነጋገርና ሕብረት ማድረግ የሚኖርበት::

በአሁኑ ጊዜ እንደ ሃርቫርድ፣ ጆን ሆፕኪንስና ዱክ በመሳሰሉት ከፍተኛ የምርምር ተቋማት ውስጥ በምርምር፣ በህክምናና በሥነ ልቡና ሙያ ላይ የተሰማሩ ወገኖች የሚጸልዩ ሰዎች ጠንካሮችና ከበሽታቸውም ቶሎ የሚያገግሙ መሆናቸውን ይመሰክራሉ:: ሰው በእግዚአብሔር አምሳል የተፈጠረ ፍጡር ስለሆነ ያለ ኢየሱስ ክርስቶስና ያለ መንፈስ ቅዱስ ከመቅበዝበዝ ማረፍ የማይችል ፍጡር ነው:: ስለሆነም ጸሎት የመንፈስንና የነፍስን እረፍት የሚሰጥ፣ የእግዚአብሔር የአምላካችን ረድኤት ያለበት ነው::

በዚህ ዘመን የጸሎትን ጉዳይ ወደ እኛ ወደ አማኙም ሕብረተሰብ አምጥተን ስንመለከት፣ በግልም፣ ሆነ በቤተሰብ፣ በቤተክርስቲያንና በሥነመለኮት ኮሌጅም፣

ወደ እግዚአብሔር የሚቀርብ ጸሎት

በአጠቃላይ በአማኙ ዘንድ ጸሎት ተገቢውን ቦታ እንዳጣና ተገቢውን ሥፍራ እንዳላገኘ በብዙ መንገድ ማረጋገጥ ይቻላል፡፡ በዛው አንጻር በጸሎት ስም በተለያዩ ቦታዎች የሚደረጉትም ስብስባዎች ሲታዩ ጤንነታቸውን ማረጋገጥ አለመቻሉ ደግሞ ሌላው ችግር ነው፡፡ በአሁኑ ዘመን ጸሎት ሰው ከአምላኩና ከፈጣሪው ጋር የሚገናኝበት በመሆን ፈንታ ሰዎች አስቀድሞ በተዘጋጀው መርሐ ግብር ላይ እስኪገኙ ድረስ መጠበቂያና የመርሐ ግብር ማሟያ አድርጎ መውሰዱ ሌላው አሳዛኝ ነገር ነው፡፡ ለጸሎትና ለሚጸልዩም ሰዎች የምንሰጠው ግምትና ቦታ በጣም የሚያሳዝንና አነስተኛ በመሆኑ ብዙ ጊዜ ለመዳከምና ለጸሎት የሚኖረንን ከፍ ያለ ግምት አሳንሰን እንድናየው አድርጎታል፡፡ በመሠረቱ ጸሎትን ወደ ግል ሕይወታችን ፣ እንደዚሁም ወደ ቤተሰባችን ሕይወት፣ ከዛም አልፎ በቤተክርስቲያን አገልግሎት፣ በሕብረተሰቡ ውስጥ ተጽእኖ እንዲያመጣ ከተፈለገ ወደ መጽሐፍ ቅዱስ እውነት ልንመለስ ይገባል፡፡ መቼም እያንዳንዳችን ለተሰጠን ዘመንና ጊዜ ተጠያቂዎች ስለሆንን ወደ አምላካችንና ፈጣሪያችን እግዚአብሔር በጸሎት መመለስ ይጠበቅብናል፡፡

ይህች የጸሎት ትምህርትን የያዘች አነስተኛ መጽሐፍ፣ እግዚአብሔር የሰጠንን ዘመን የእግዚአብሔርን ፍቃድ አድርገንበት እናልፍ ዘንድ እንዲሁም ልክ እንደ ሃዋሪያት ለቃሉና ለጸሎት መትጋትን ለማበረታታት ነው፡፡ ከዚህም ባለፈ መጽሐፏ ወደ ቀደመው የአባቶቻችን አይነት የጸሎት ተጋድሎ ሕይወት ውስጥ እንድንመለስ የአለኝን ሸክሜን በማጋራት ይብዛም ይነስ አስተዋጽዖ ይኖራታል ብዬ ስለማምን ነው፡፡ ስለዚህም እግዚአብሔርን የሚጠማና የሚራብ ትውልድና በአማኙ ሕብረተሰብ መካከል እግዚአብሔር እንዲያነሳሳው ልመናዬም ጸሎቴም ነው፡፡እግዚአብሔርን የሚፈልግ ልብ ደስ ይበለው!

መልካም ንባብ!
አበራ ተሰማ(መጋቢ)

ወደ እግዚአብሔር የሚቀርብ ጸሎት

ወደ እግዚአብሔር የሚቀርብ ጸሎት

እግዚአብሔር አምላክ ለጸሎት ሕይወት እንቅፋት የሚሆኑ ማናቸውም ልምምዶችም ሆነ አካሄዶች ከሕዝቡ ሕይወት እንዲወገዱ እንደሚፈልግ በቃሉ ላይ በሚሰጠው ማሳሰቢያ ልናውቅ ይገባል፡፡ ከነዚህም ማሳሰቢያዎች መካከል "አብጁ፤ አብጁ፤ መንገድ አዘጋጁ፤ ከሕዝቤ መንገድ ዕንቅፋት አስወግዱ። ከፍ ከፍ ያለውና ልዕልና ያለው እርሱ፣ ስሙም ቅዱስ የሆነው፣ ለዘላለም የሚኖረው እንዲህ ይላል፤ እርሱም። ጥረጉ፥ መንገድን አዘጋጁ፥ ከሕዝቤም መንገድ ዕንቅፋትን አውጡ ይላል።ለዘላለም የሚኖር ስሙም ቅዱስ የሆነ፥ ከፍ ያለው ልዑል እንዲህ ይላል። የተዋረዱት ሰዎች መንፈስ ሕያው አደርግ ዘንድ፥ የተቀጠቀጠውንም ልብ ሕያው አደርግ ዘንድ፥ የተቀጠቀጠና የተዋረደ መንፈስ ካለው ጋር በከፍታና በተቀደሰ ስፍራ እቀመጣለሁ። መንፈስም የፈጠርሁትም ነፍስ ከፊቴ እንዳይዝል ለዘላለም አልጣላም፥ ሁልጊዜም አልቈጣም፡፡» (ኢሳ. 57:14-16) የሚለው አንዱ ነው፡፡ እንዲሁም ዳዊት በመዝሙሩ ላይ «እግዚአብሔርን የምትፈሩት ሁሉ፥ ኑ፥ ስሙኝ፤ ለነፍሴ ያደረገላትን ልንገራችሁ። በአፌ ወደ እርሱ ጮኽሁ፥ በአንደበቴም አመሰገንሁት። በልቤስ በደልን አይቼ ብሆን ጌታ አይሰማኝም ነበር። ስለዚህ እግዚአብሔር ሰማኝ፤ የልመናዬን ድምፅ አደመጠ። ጸሎቴን ያልከለከለኝ ምሕረቱንም ከእኔ ያላራቀ እግዚአብሔር ይመስገን። (መዝሙር 66:16-20) በማለት አጽንዖት ሲሰጠው እንመለከታለን፡፡ እንግዲህ ከነዚህ መለኮታዊ ትዕዛዛት የምንረዳው ዋናው የጸሎት እንቅፋትከመሆኑም በላይ ጸሎትም በእግዚአብሔር ዘንድ እንዳይሰማ የሚያደርገው ኃጢአትና በደል መሆኑን ነው፡፡ ለዚህም ነው ነቢዩ ኢሳይያስ « እነሆ፥ የእግዚአብሔር እጅ ከማዳን አላጠረችም፥ ጆሮውም ከመስማት አልደነቈረችም፤ ነገር ግን በደላችሁ በእናንተና በአምላካችሁ መካከል ለይታለች፥ እንዳይሰማም ኃጢአታችሁ ፊቱን ከእናንተ ሰውሮታል። (ኢሳ. 59:1-2) በማለት የሚገልጸው፡፡ እንደዚሁም ቅዱስ ወደሆነው ወደ እግዚአብሔር አምላክ ስንቀርብ በንስሐና በምስጋና መቅረብ ያለብንም

ለዚህ ነው፡፡ ምክንያቱም እግዚአብሔር አምላክ በቃሉ ሰው ሁሉ ንስሐ መግባት እንዳለበት አዝዟል፡፡ (ሐዋ. 17:30) ንስሐ ማለት የሠራነውን ኃጢአት ሁሉ የኢየሱስ ክርስቶስ ደም እየጠራን መናዘዝና ዳግም ወደሰራነው ሃጢአት ላለመመለስ መወሰን ማለት ነው፡፡ ደም ሳይፈስ የኃጢአት ስርየት እንደሌለም ማወቅ ይገባናል፡፡ (ዕብ. 9:22) ለዚህም ነው "ነገር ግን እርሱ በብርሃን እንዳለ፣ እኛም በብርሃን ብንመላለስ እርስ በእርሳችን ኅብረት አለን፤ የልጁም የኢየሱስ ክርስቶስ ደም ከኀጢአት ሁሉ ያነጻናል።" (1ኛ ዮሐ. 1:7) ተብሎ የተጻፈው ፡፡ እንዲሁም ምስጋናን በተመለከተ « ምስጋና የሚሠዋ ያከብረኛል፤ የእግዚአብሔርን ማዳን ለእርሱ የማሳይበት መንገድ ከዚያ አለ። (መዝሙር 50:23) ተብሎ ተጽፎአል፡፡ ስለዚህ ይህን የተፈራና የተከበረ ታላቅ አምላክ ምህረቱን፣ ጸጋውንና ፍቅሩን እያሰብን በምስጋና መቅረብ ይገባናል፡፡ ከሁሉም በላይ ወደ እግዚአብሔር ስለመቅረብና ስለጸሎት ስናስብ ማወቅ ያለብን መጽሐፍ ቅዱስ የጸሎት እንቅፋቶችን ማስወገድ እንዳለብን በግልጽ የሚያስተምረውን ሃሳብ መቀበልና መተግበርን ነው፡፡ የእግዚአብሔርን ቃል መሠረት በማድረግ ልናስወግዳቸው የሚገቡንን የጸሎት ህይወት እንቅፋቶችን እንደሚከተለው እንመልከታቸው፡፡

ሀ. ልናስወግዳቸው የሚገቡ የጸሎት እንቅፋቶች

1. ያልተናዘዝነውና ንስሐ ያልገባንበት ኃጢአትና በደል ፤ (ኢሳ 59:1-2፤ ያዕ. 4:8-10)

2. ምሕረትና ይቅርታ አለማድረግ ፤ (ማር. 11:25-26፤ ማቴ. 6:14-15)

3. ምሕረትንና ይቅርታን ተቀብለን ሳለ እንደ ተቀበልነው ምሕረትና ይቅርታ አለማድረግ (ማቴ. 18:23-35)

4. በትዕቢት፣ ሌሎችን በመናቅና በመተቸት መጸለይ፤ (ሉቃስ 18:9-14)

5. በዘረኝነት መንፈስ የሌሎችን ጉዳትና መጥፋት የሚደረግ ጸሎት ፤ (ዮሐ. 1:13)

6. ያለ እምነት የሚደረግ ልማዳዊ ጸሎት ማድረግ፤ (ሮሜ. 1፡23)

7. ዓለምን በመውደድ የሚደረግ ጸሎት ፤ (ያዕ. 4:4)

8. እራስን ከኃይለኛው ከእግዚአብሔር ስር ማዋረድ ሲገባ ከዚህ ውጭ ጸሎትን ማድረግ ፤ (1ኛ ጴጥ. 5:6)

9. በመወላወልና በመጠራጠር በሁለት ሃሳብ የሚደረግ ጸሎት ፤ (ያዕ. 1:5-8)

10. ኃጢአት የለብኝም በማለት እራስን በማመጻደቅ የእግዚአብሔርን እውነት ቃል በመቃወም የሚደረግ ፤ (1ኛ ዮሐ 1፡8)

11. የሰይጣን ዲያቢሎስን ሃሳብ አለማወቅና መናቅ፤ (2ኛ ቆሮ. 2:11)

12. ጠላት ሰይጣን ዲያብሎስ ድካምና እንቅልፍን በመጠቀም እንክርዳዱን ሲዘራብን አለመጠንቀቅ፤ (ማቴ. 13:24-28)

13. በአየር ላይ ሆኖ ሰይጣን ዲያብሎስ የጸሎትን መልስ እንደሚያዘገይ አለመረዳትና አለመገንዘብ ፤ (ዳን. 12:13፤ 1ኛ ተሰ. 3:18)

14. ሰይጣን ዲያብሎስ የሚያመጣውን ፍርሃት ጭንቀት አለማወቅ፤ (1ኛ ሳሙ. 17:11)

15. በትሕትና የማይቀርብ ጸሎት ማድረግ ፤ (ያዕ. 4:6)

16. የእግዚአብሔር መስሎ በሰው ሀሳብ በኩል የሚመጣውን የሰይጣንን ክፉ ሀሳብ አለመለየት፤ (ማቴ. 16:23፤ 2ኛ ቆሮ. 10:5)

17. የማይመስልና እግዚአብሔር የማይቀበለውን መስዋዕት ማቅረብ፤ (1ኛ ሳሙ. 15:2)

18. ለማድረግ ሲባል ብቻ የሚደረግና በግብዝነት መጸለይ ፤ (ማቴ. 6:5)

19. ያለ እምነት እንደ አህዛብ ባዶ ቃል መለፍለፍ፤ (ማቴ. 6:7)

20. ለእግዚአብሔር አለመገዛትና ዲያብሎስን አለመቃወም ፤ (ያዕ. 4:7)

እንግዲህ ከዚህ በላይ የዘረዘርናቸው እንቅፋቶች ጸሎታችን በእግዚአብሔር ዘንድ ተሰሚነት እንዳይኖረውን መልስን እንዳናገኝ የሚያደርጉን ነገሮች እንደሆኑ ከወዲሁ ማወቅ ልባምነት ነው፡፡ ከዚህም በተጨማሪ በጸሎታችን ወቅት መንፈስ ቅዱስን መስማትና በርሱም ነቅቶ መመራት እንደዚሁም ከህይወታችን ልናስወግድ የሚገባንን ነገር ሲያመለክተን መታዘዝ ለህይወታችን ትልቅ በረከት እንዳለው ማወቅ ይገባናል፡፡ በተረፈ እነዚህን ከላይ የጠቀስናቸውን የጸሎት እንቅፋቶችን ከህይወታችን ለማስወገድ ቸል የምንል ከሆነ በጸሎት ህይወታችንም ሆነ በአጠቃላይ በክርስትና ህይወታችን ላይ ከፍ ያለ አሉታዊ ተጽዕኖ እንደሚኖራቸው መገንዘብ ይኖርብናል፡፡ ከነዚህ አሉታዊ ተጽዕኖዎች መካከል ጥቂቶቹን በዝርዝር እንመልከት፤

ለ. የጸሎት እንቅፋቶችን ካላስወገድን የሚያስከትለው ውጤት

1. የመንፈስ መታወክ፣ እንቅልፍና ሰላም ማጣት፣ መፍትሔውን ከእግዚአብሔር መጠበቅ ሲገባ ከዚያ ይልቅ ፣ ከሰውና ከመናፍስት መጠበቅን መለማመድ እንጀምራለን፤ ፡ (ዳን. 2:1-3)

2. ሕይወትን በመጥላትና በመሰልቸት ሁሉ ነገር ከንቱ ይሆንብናል፤ (መክብብ 2:17)

3. ከችግርና ከተወሳሰበ አኗኗራችን የተነሳ በሕይወታችን ተስፋ እንቆርጣለን፤ (2ኛ ቆሮ. 1:9)

4. የመንፈስ መታወክ የነፍስ ጭንቀት ያሰቃየናል፤ (ኢዮብ 7:11)

5. የሐዘን፣ የምሬት፣ የነፍስ እንጉርጉሮ፣ የመታከትና የመሰልቸት ህይወትን መኖር ያስከትላል፤ (ኢዮብ 10:1፤ መዝሙር 88:3-4)

6. ከምናልፈው መከራና ችግር የተነሳ የሞት ፍርሃት ይወርረናል፤ (1ኛ ሳሙ. 20:3)

7. ሁሉም ሰው የሚጠላንና በእኛም ላይ ክፉ የሚያስቡ አድርገን በመውሰድ ያልተረጋጋን እንሆናለን፤ (1ኛ ሳሙ. 22:7-8)

8. የእግዚአብሔር ክብር ስለሚለየን መፍራት፣ መደበቅና መረበሽ እናበዛለን፤ (ዘፍ. 3:10፤ 1ኛ ሳሙ. 18:12)

9. ሰዎች ከህይወታቸው የጸሎት እንቅፋቶች ለማስወገድ ቸልተኞች ሲሆኑ የተቅበዘበዙ የሚኮበልሉና ዕረፍት የሌላቸው ስለሚሆኑ የሌላውን ሰው ሕይወት እስከማጥፋት ሊደርሱ ይችላሉ፡፡ (ዘፍ. 4:6-14)

10. ሰማይ የተደፋባቸው ምድር የተዘጋባቸው ይመስላቸዋል፤ (ዘዳግም 28:23)

11. እብደት፣ ጭንቀትና አለመረጋጋት ይታይባቸዋል፤ (ዘዳግም 28:28፤ 28:34፤ ማቴ. 6:25)

12. አለመደሰት አለመርካት ሁሉን መመኘት ይታይባቸዋል፤ (ዘዳግም 28:30)

13. እግዚአብሔር የሰጣቸውን ሁሉ የማያመሰግኑ ይሆናሉ፡፡ (ዘዳግም 28:47-48)

14. መታከት፣ መዝለፍለፍ፣ ድካምና ድንዛዜ ይሆንባቸዋል፤ (ዘዳግም 28:65)

15. ከፍርሃታቸው የተነሳ መቼ ይመሻል፣ መቼ ይነጋል በማለት በጭንቀት ይዋጣሉ፡፡ (ዘዳግም 28:66-67)

16. በልማድ (በሱስ) የታሰሩ፣ ነጻነት የሌላቸው እስረኛ ይሆናሉ፡፡ (2ኛ ጴጥ. 2:19)

17. የሐዘን መንፈስ ያጠላባቸዋል ፤ ማልቀስ፣ ተስፋ ቢስ መሆንና ከሰውነት ተራ መውጣት መለያቸው ይሆናል፡፡ (ኢሳ. 61፡3)

18. የነፍስ እስራትና ድካም ኃይል ያሳጣቸዋል፡፡ (ሉቃስ 13:10-16)

19. የእግዚአብሔር ድምጽ ስለሚርቃቸው ወደ ጠንቋይና ምዋርተኞች ይሮጣሉ፡፡ (1ኛ ሳሙ. 28:8)

20. ወደ እግዚአብሔር የሚያደርስ ፀፀትና የንስሐ ጩኸት ያሰማሉ፡፡ (ማቴ. 27:3-5፤ ዕብ. 12፣ 15-17)

ከህይወታችን የጸሎት እንቅፋቶችን ማስወገድ እንዳለ ሆኖ በዚህ አይነት ምስቅልቅ ህይወት ውስጥ ስንገባ እንደመፍትሄ አድርገን ልንወስዳቸው የሚገቡ እርምጃዎችን እንመልከት ፤

ሐ. መንፈሳችን ሲታወክና ስንጨነቅ ልናደርጋቸው የሚገቡን ነገሮች፡-

1. የእኛን ፈቃድ በጸሎት ለእግዚአብሔር ፈቃድ አሳልፈን መስጠት፤ (ማቴ. 26:3-36-47)

2. መንፈሳችን ሲታወክ በጸሎት ሊረዱን ለሚችሉ ለመንፈሳዊ ሰዎች ችግራችንን ማካፈል፤ (ዳን. 2:17-28)

3. መንፈሳችን የሚያርፍባቸውን መንፈሳዊ ሰዎችን ፈልጎ ማግኘት፤ (2ኛ ቆሮ. 2:12-13)

4. በዙሪያችን የከበበን ችግር በእግዚአብሔር በመታመን እንደምናሸንፈው እርግጠኛና ቆራጥ መሆን፤ (1ኛ ሳሙ. 30:6፤ 1745-47)

5. እግዚአብሔር እንድናልፍበት የፈቀደው ከሆነ እርሱ ለክብሩ እንደሚጠቀምበት በመታመን ለጌታ ራሳችንን አልፈን መስጠት፤ (ዳን. 6:10-11፤ ማቴ. 26:42)

6. ለዚህ ችግር ምክንያቱ እኔ እሆንን ብሎ ቆም ብሎ ራስን መመርመር ፤ (1ኛ ቆሮ. 11:31፤ 2ኛ ቆሮ. 13:5)

7. አካሄዳችንና እርምጃችንን እግዚአብሔር እንዲመራን «ጌታ ሆይ ምን አደርግ ዘንድ ትወዳለህ?» በማለት ምሪትን መጠየቅ፤ (መዝሙር 48:14፤ ሐዋ. 9:6)

8. በራስ ማስተዋልና መታመንን በመተው ራስን ለጌታ አሳልፎ በመስጠት በፍጹም ልብ በእግዚአብሔር መታመን ፤ (ምሳሌ 3:5)

9. በኑሮ ከመባከን በአገልግሎትና በሥራ ከመዋከብ ራሳችንን ለአፍታ ገታ በማድረግ ጊዜ መውሰድ ይኖርብናል፡፡ ምክንያቱም እንደ መግደላዊት ማርያም እህት እንደ ማርታ መንፈሳችን ታውኮ ነፍሳችን ተጨንቃ ከሆነ ፣ እንደ ማርያም ጌታ እግር ስር ፣ እንደ ዮሐንስም ጌታ ደረት ላይ ማረፍ ይገባናል ማለት ነው፡፡ (ሉቃስ 10:39-42፤ ዮሐ. 13:23-24)

10. የእግዚአብሔር ከእኛ ጋር መሆን ከሁኔታዎች ሁሉ በላይ እንደሆነ ማመን ይገባል፡፡ (2ኛ ነገ. 6:16-18፤ 2ኛ ጢሞ. 4:17)

ብዙ ጊዜ የተለመዱት የጸሎት ዓይነቶች

እግዚአብሔርን ለማምለክና ለማመስገን የሚቀርብ ጸሎት፤

- እግዚአብሔርን እንደ አምላክነቱ ገብቶን አምልኮና ምስጋና እናቀርባለን፡፡ (ራእይ 4:8፤ 5:11-14፤ ኢሳ. 6:3-4)
- በሰማይና በምድርም እንዲሁም በባሕርና ውስጥ የሚገኙት ፍጥረታትን ሁሉ ለፈጠረ አምላክ ፍጥረታት ሁሉ ምስጋናና አምልኮ ማቅረብ ስለሚገባቸው እኛም የእርሱ ፍጥረታት ነንና ምሥጋናን እናቀርብለታለን፡፡ (መዝሙር 148:1-14)
- ስለሁሉም ነገር እግዚአብሔር አምላክን ማመስገን ስለሚገባን ምሥጋናን ለፈጣሪያን ለእግዚአብሔር እናቀርባለን፡፡ (ኤፌ 5፡20፤ 1ተሰ. 5;18)
- በምስጋና ውስጥ የእግዚአብሔር ፈቃድ በክርስቶስ ኢየሱስ ወደ እኛ ስለሆነ፤ እናመሰግናለን፡፡ (1ተሰ. 5:18)
- በምስጋናም ወደ እግዚአብሔር መቅደስ እንገባለን፡፡ (መዝሙር 100:1-2)
- የእግዚአብሔርን ማዳን እያየን ጉዞአችንን ለመቀጠል የምስጋናን መሥዋዕት እናቀርባለን፡፡ (መዝሙር 50:23)
- እኛ በምናልፍበት ችግርና መከራ ውስጥ እግዚአብሔርን ከችግራችን በላይ በማየት ምሥጋናን እናቀርብለታለን፡፡ (መዝሙር 34:1-2፤ ሐዋ. 16:25-26)
- እንዲሁም ዙሪያችን በጠላት በተከበበ ጊዜ ሁሉ እግዚአብሔርን በማመስገን ከከበባው እናመልጣለን፡፡ (2ኛ ዜና 20:20-23)
- እግዚአብሔር ጠላቶቻችንን አይናችን እያየ ሲጥላቸውና እኛን በድል በአሸናፊነት ሲመራን ስናይ የምሥጋናን መስዋዕት እናቀርባለን፡፡ (ዘፀ. 15:19-21)

ወደ እግዚአብሔር የሚቀርብ ጸሎት

- ከፊታችን የመስቀል መከራ ተዘጋጅቶ እያየን እኛ ግን አሻግረን ድል እየተመለከትን በመዘመር ምሥጋናን እንሰዋለን፡፡ (ማቴ. 26:30)

ሰባት የአምልኮና የምስጋና ቃላት በዕብራይስጥ ቋንቋ

1. ‹ያዳ › (Yadah) አምልኮ (ዳን. 3:13-18)

ይህ «ያዳ» የሚለው የዕብራይስጥ ቃል የሚያመለክተው በእግዚአብሔር መለኮታዊ ኃይል በመታመንና በመደገፍ ምሥጋናን ለእግዚአብሔር ማቅረብን ነው፡፡ ይህንን በዝርዝር ሰፋ አድርገው ስንመለከት እነዚህን ትርጉሞች ያካትታል፡፡

- «ያዳ» ዙሪያችን የከበበን ጠላትና ችግር እያለ አምላክን ታምኖ በአምልኮና በዝማሬ ስሙን መጠራትና ምሕረቱንና ማዳኑን ማየት ነው፡፡ (2ኛ. ዜና. 20:15-20)
- ከፊትና ከኋላችን የጠላት ከበባ ቢኖርም እግዚአብሔርን ታምኖና ፀንቶ በመቆም መዳኑን ማየት ነው፡፡ (ዘፀ 14፥13-14)
- እጅና እግራችን የታሰረ ቢሆንም እንኳ ወደ እግዚአብሔር መጮኽ ነው፡፡ (ኤር. 33:3)
- በእግዚአብሔር ስም ማሸነፍ ፣ ድልን በእምነት ማወጅና መናገር፣ ክብር ለአምላክ መስጠት ማለት ነው፡፡ (1ኛ ሳሙ. 17:46-47)
- በሁኔታዎች አለመደናገጥ፣ መከራን በጸጋው መቀበል፣ መረጋጋትና በአምልኮ ዜማ ጌታን ማወደስ ማለት ነው፡፡ (ሐዋ. 16፡25-26)
- በጠላት ላይ የእግዚአብሔርን በቀልና ቁጣን ማወጅ ነው፡፡ (1ኛ ሳሙ. 15:23-33)

- በደስታም ሆነ በሐዘን እግዚአብሔርን ማመስገንና ማምለክ ነው፡፡ ((ኢዮብ 1:21፤ 2ኛ ሳሙ.)
- እግዚአብሔር እርሱ ብቻ አምላክና መመለክም እንዳለበት የሚያስገነዝብ ነው፡ ፡ (ዘጸ. 20:3)

2.‹ ታእዳ› (Tawdh) አምልኮ (ዘሌ. 6:12-13)

ይህ «ታእዳ» የሚለው የዕብራይስጥ ቃል ከልብ የሆነና ራስን መሥዋዕት በማድረግ የሚቀርብ አምልኮና ምሥጋናን ያመለክታል፡፡ ይህም ማለት፡-

- በግል ለእግዚአብሔር የተመረጠውንና በኩር የሆነውን መሥዋዕት ማቅረብና ማምለክን ያመለክታል ማለት ነው፡፡ (ዘፍ. 4:4፤ ዘጸ. 13:1-2፤ ሚልክ. 1:6-14)
- «ታእዳ» በእግዚአብሔር ፊት የሚቀርብ የምስጋና መሥዋዕት ነው፡፡ (መዝ. 50:23፤ ማቴ. 26:30)
- «ታእዳ» ኑሮንና አካሄድን ከእግዚአብሔር ጋር በማድረግ እርሱን የምናመልክ መሆናችንን ሌሎች እንዲያውቁትና እንዲረዱት ማድረግ ነው፡፡ ፤ (ዳን. 6:5፤ ዘፍ. 4:4)
- ለእግዚአብሔር ንፁህ መሥዋዕትን ማቅረብ ነው፡፡ (ዘፍ. 8:20፤ 1ኛ ሳሙ. 7:17)
- ጥዋትና ማታ በየዕለቱ በእግዚአብሔር ፊት መሥዋዕት ማቅረብ ነው፡፡ (ዘፀ. 29:38-41)
- ይህ ዐይነቱ መሥዋዕት እኛና እግዚአብሔር የምንገናኝበት ድምጹንም የምንሰማበት እኛም ሰምተን የምንታዘዝበት ነው፡፡ (ዘፀ. 29:42-46)

- እንዲሁም በአዲስ ኪዳን ራሳችንን ቅዱስና ሕያው መሥዋዕት አድርገን እንድናቀርብ ፈቃዳችን ለፈቃዱ የተሰጠ መሆኑን የምናሳይበት ነው፡፡ (ሮሜ 12:1-2)
- ለእግዚአብሔር መገዛትና ለእርሱም መለየት ነው፡፡ (ዘፀ. 3:12፤ መዝ. 27:1-3)
- ከዚህ ዓለም እርኩሰት ራስን መጠበቅ፤ ኃጢአትን መናዘዝና ለእውነተኛ አምልኮ መዘጋጀት ነው፡፡ (ኢሳ. 43፡25-26፤ ያዕ. 1:26-27)
- በመሠዊያው ላይ ሁልጊዜ እሳቱ እንዲነድ ማድረግ ነው፡፡ (ዘሌ. 6:12-13)

3. ሐላው (Halal) አምልኮ (መዝ. 148:1-5)

‹‹ሐላው›› የሚለው ቃል ሃሳቡ ይህ ነው፡፡ ይኸውም በአምልኮ በምስጋና ስንሞላ በእግዚአብሔር ሙሉ ሕልውና ውስጥም ስንሆን ጸሎታችንና አምልኮአችን እንደማይከለከል ሆኖ የሚሰማን ስሜት ነው፡፡ (ዳን. 6:10-12) ይህንን አስፍተን ስንመለከተው ይህን ይመስላል፡፡

- የሞት ጫፍና አፋፍ ላይ ሆነንም ቢሆን የምናወጣው የፍርሃትና የጣር ድምጽ ሳይሆን እንደ እግዚአብሔር ያለ ማንም የለም የሚለውን በእግዚአብሔር ታላቅነት ላይ የተደገፈ የድፍረት ድምጽ ነው፡፡ (ዘዳ. 33፡26)
- ‹‹ሐላው›› የሚለው የዕብራይስጥ ቃል ‹‹ሃሌ ሉያ›› ለሚለው ዓለም አቀፍ የሆነ የአምልኮ ቃል መነሻ ስለሆነ ብዙዎች በዕውነትና በመንፈስ ጌታን የሚያመልኩበት ቃል ነው፡፡ (መዝ. 113:1-9)
- ‹‹ሐላው ››የእግዚአብሔርን ስም ማወደስና ማመስገን ነው፡፡ (መዝ. 34:1-2)
- የእግዚአብሔርን ምሕረቱን ቸርነቱን ማወጅ፣ መናገርና ማብሰርን የሚያመለክት የምስጋናና የአምልኮ መርህ ነው፡፡ (መዝ. 106:1፤ መዝ. 107:1)

- እግዚአብሔር አምላክና ፈጣሪነቱን ዕውቅና መስጠትና እስትንፋስ ያለውና ግዑዛን ሁሉ እንዲሁም ወንዞች ተራሮች ሁሉ ያመስግኑትና ያወድሱት እንደ ማለት ነው፡፡ (መዝ. 148:1-2፤ መዝ. 105:6)
- አሕዛብ ሁሉ እየሰሙ የእግዚአብሔርን ስም በመጥራት ምህረቱን ማዳኑን ማወጅና ማመስገን ነው፡፡ (ኢሳ. 12፡3-6)
- እግዚአብሔር ከሰጠንና ካልሰጠን ጋር ያልተያያዘ እርሱ አምላካችን በመሆኑ ብቻ የሚቀርብ ምስጋናና አድናቆት ማለት ነው፡፡ (ዕን. 3:18-19)
- ሁሉን በሚችል አምላክና ፈጣሪ ሥር መሆንን፣ በእርሱ መጠበቅንና መከለልን በማሰብ የሚቀርብ አምልኮ ነው፡፡ (መዝ. 91:2)
- በመንፈስ ቅዱስ ተረድተን በምስጋናና በጸሎት የምንጠብቀውን ስናይ ከእርሱ ጋር መሆንን ወደ እርሱ መሄድን በማሰብ ምስጋናን በደስታ የምናውጅበት የምናመልክበት ነው፡፡ (ሉቃስ 2:25-29)
- የእግዚአብሔርን ታላቅነት መናገር፤ ስሙንም በአድናቆት ማወጅና ማስታወቅ ነው፡፡ (መዝ. 145:1-13)
- ሃሌ ሉያ በማለት ለእግዚአብሔር አዳዲስ ቅኔን፣ ዝማሬንና ዜማን ይዞ ስሙን ማወደስና ማምለክ ነው፡፡ (መዝ. 149:1)
- እግዚአብሔርን በመቅደሱ በማደሪያው እርሱን እያሰቡ ማምለክና ማመስገን ነው፡፡ (መዝ. 150:1)

4. ሺባክ (Shabach) አምልኮ (ሕዝ. 43:1-6)

«ሺባክ» የሚለው የዕብራይስጥ ቃል የሚያመለክተው የእግዚአብሔርን ክብሩን፣ ምሕረቱንና ቸርነቱን የምናይበትና ያየንበትም ምስጋናና አምልኮ ነው፡፡ (2ኛ ዜና. 7:1-2፤ ዘጸ. 33:12-13) በዚህም መሠረት ይህንን በዝርዝር ስንመለከት ይህንን ይመስላል፡፡

ወደ እግዚአብሔር የሚቀርብ ጸሎት

- «ሺባክ» የእግዚአብሔርን ታላቅነት፤ የእግዚአብሔርን አብሮነት፤ የእርሱን ታማኝነት የምናይበት አምልኮ ነው፡፡ (መዝ. 27፡1-3፤ ሕዝ. 43፡5-6)
- «ሺባክ» እግዚአብሔር በማደሪያው በመቅደሱ እንዳለ እያየን ያለንን ሁሉ ለእርሱ አምልኮ የምናቀርብበት ነው፡፡ ዘጸ. 25፡8-9)
- «ሺባክ» የእግዚአብሔርን ክብርና የመላእክትን አምልኮ የምናይበት ነው፡፡ (ሕዝ. 10፡4)
- «ሺባክ» እግዚአብሔር አምላክን ማክበርና ማወደስ ነው፡፡ (መዝ. 61፡8)
- «ሺባክ» እግዚአብሔር ከእኛ ጋር እንዳለ እየታወቀንና እየተረዳን ማምለክና ማመስገን ነው፡፡ (መዝ. 16፡8)
- «ሺባክ» በእግዚአብሔር መመረጣችንና መጠራታችንን መረዳት ለእርሱ የአምልኮ መሥዋዕትን በመሠዋት ማምለክ ነው፡፡ (ዘፍ. 12፡7)
- «ሺባክ» ሁሉን ለእግዚአብሔር ክብር በመስጠት፤ ክብርና አምልኮ የሚገባው እግዚአብሔር ብቻ እንደሆነ በመረዳትና በማስተዋል ታላቅነቱን መናገር ማወጅ ነው፡፡ (መዝ. 117፡1፤ ዳን. 5፡16-17)

5. «ባራክ» (Barak) አምልኮ (መዝ. 103፡1-5)

. «ባራክ» የሚለው ቃል የሚያመለክተው እግዚአብሔርን በግልና በቅርበት በማወቅና እርሱ ስላደረገው ቸርነትና ልግስና ምላሽ ለመስጠት የሚቀርብ አምልኮና ምሥጋና ነው፡ ፡ (ዘፍ. 32፡24-30) ይህም ማት እንግዲህ ፡-

- ከእግዚአብሔር የተቀበልነውን በረከት መልሰን ለእርሱ በምስጋናና በአምልኮ የምናቀርብበት ማለት ነው፡፡ (ዘፍ. 14፡20-21)

- እግዚአብሔር እርሱ ብቻውን አምላክ መሆኑን መናገር፣ ማወጅና ማክበር ማለት ነው:: (መዝ. 72:18-19)
- አምላካዊ ጥበቃውን፣ ማዳኑን ፣ ታማኝነቱን፣ ምህረትና ቸርነቱን ያየንበት መሆኑን ማሳወቅ ነው:: (ዳን. 3:16-18)
- እግዚአብሔር አምላክ በሰማይና በምድር የተፈራ፣ የተከበረና የሚባርክ አምላክ መሆኑን መናገር ማለት ነው:: (ነህ 9:5-6)
- የእግዚአብሔርን ጽድቅና ቅድስናን መናገር ነው:: (1ኛ ሳሙ. 2:1-2)
- እግዚአብሔርን ሁሉን የሚሰጥና አድራጊ እንደሆነ በመረዳት ማምለክ፣ መገዛትና ማመስገን ነው:: (1ኛ ዜና. 29:10-16)
- እግዚአብሔር ለመንፈሳችን ለነፍሳችንና ለሥጋችን ያደረገውን እያስታወሱ ማመስገንና ማወደስ ነው:: (መዝ. 103:1-5)
- እግዚአብሔርን መፍራትና መታዘዝ በረከት እንደሆነ በቤተሰባችን ህይወት የተመለከትነውን በመመስከር ማመስገን ነው:: (መዝ. 128:4)
- የታመነው እግዚአብሔር አምላካዊ ጥበቃውን በማጎናጸፍ ጠላት በአይኑ እያየ እንደሚያድን መመስከር ነው:: (ዳን. 3:28-30)

6. ዜማር (Zamar) አምልኮ (መዝ. 150:1-6)

‹‹ዜማር›› የሚለው የዕብራይስ ቃል ዝማሬና አምልኮ የሙዚቃ መሳሪያዎችንና ዜማዎችን በማውጣት ያለንን የማመስገኛ ምክንያት ሁሉ በማሰብ ዝማሬና አምልኮን ለእግዚአብሔር ማቅረብ የሚያመለክት ቃል ነው:: (መዝ. 150:1-6) ይህንን በዝርዝር ስንቃኝ እኒህን ሁሉ ዕውነቶችን ያካትታል::

- የአሮንና የሙሴ እኅት ማርያም የእስራኤልም ሕዝብ ሁሉ የረዳቸውን አምላካቸውን በዝማሬና በከበሮ እንዳመለኩትና ታላቅነቱን እንደተናገሩት ማለት ነው፡፡ (ዘጸ. 15:20-21)
- እንዲሁም ንጉሥ ዳዊት መሰንቆንና ፅናፅሉን በዜማ እያመሰገኑት በእግዚአብሔር ፊት ያመልኩ ነበር፡፡ እንደሚል ይህንን መፈጸም ማለት ነው፡፡ (1ኛ ዜና. 16:4-6)
- በበገናና በዝማሬ እግዚአብሔርን ማመስገን ማወደስ ማለት ነው፡፡ (1ኛ ነገ. 3:15-18)
- በዝማሬና በሙዚቃ መሳሪያ ሁሉ እግዚአብሔርን ሲያመልኩት ክብሩንም እያዩ ሲያመልኩት ማለት ነው፡፡ (2ኛ ዜና. 20;20-23)

7. ሐላ (Heliuh) አምልኮ (ዘካ. 14:9)

«ሐላ» የሚለው የዕብራይስጥ ቃል ፍጥረታት ሁሉ የእግዚአብሔርን ክብር እየተመለከቱ የሚያመልኩበትን ሃሳብ ይገልጻል፡፡ (ኢሳ. 6፡3)

- «ሐላ» አሕዛብም ወገኖችም ሁሉ ለእግዚአብሔር አምላክ ክብር የሚሰጡበት ማለት ነው፡፡ (ኢሳ. 12፡3-6)
- እግዚአብሔር ፍጥረት ሁሉ የእርሱን ፈጣሪነት የሚያደንቁበት የሚያመሰግኑበት ነው፡፡ (መዝ. 148:1-12)
- እግዚአብሔር የዘላለም ደስታና ሐሴት በማዘጋጀቱ የሚመሰገንበት ነው፡፡ (ኢሳ. 35፡10)

ምስጋና፣ አምልኮና ዝማሬ ሁሉም እግዚአብሔርን ለማመስገን የምንጠቀመው ሃሳብ ቢሆንም ፣ ምስጋና ግን ተለይቶ ስለተደረገልን የሚያመለክት ነው፡፡ እንደዚሁም

አምልኮና ስግደት ደግሞ ስለ አምላክነቱ፣ ስለ ፈጣሪነቱ፣ ስለ ሁሉን ቻይነቱ፣ ስለማይወሰነው አምላካዊ መለኮታዊ ባህርዩ ተገንዝበን ይህንንም በአንደበታችንና በነፍሳችን እየጠቀስንና እየተናገርን የምናመልክበት መንገድ ነው፡፡ ዳንኤልና ነህምያ እግዚአብሐየር አምላክን የተፈራህና የተከበርህ በማለት ሲናገሩ እነርሱ ከሚያውቋቸው ነገሥታት ይልቅ አምላካቸው የተፈራና የተከበረ መሆኑን ማወጃቸው እንደሆነ ልንረዳ ይገባል፡፡ (ነህ. 9:32፤ ዳን. 9;4-5) እንዲሁም ሐዋርያው ጳውሎስና ሲላስ ተደብድበው በእስር ቤት ሲጣሉ በመንፈቀ ሌሊት በዜማ አምላካቸውን ሲያመልኩ የወህኒው መሠረት ተናጋ፤ የሁሉም እስራት ተፈታ፡፡ ይህም የሚያሳየው ከሁኔታ በላይ የሆነውን አምላክና ጌታ ማምለክ ድል እንዳለው ነው፡፡ ክብር ለእግዚኣብሔር አሁንም እስከ ዘላለም ይሁን፡፡ ((ሐዋ. 16፡25-26) እንዲሁም ነቢዩ ኢሳይያስ እግዚአብሔርን በታላቁ ዙፋን ላይ ተቀምጦ መላዕክት ሲያመልኩትና ክብር ሲሰጡት በማየት ወደ ራሱ ተመልሶ (ኢሳ. 6፡3) እንዲሁም በዮሐንስ ራእይ በምዕራፍ አራትና አምስት ከነገድ ከቋንቋ ከሕዝብ አምልኮ ለተገባው አዳኝና ጌታ ክብርን ውዳሴን አምልኮን ስግደትን ሲያደረጉ እናያለን፡፡ (ራእይ 4:8-11፤ 5:11-14)

ንስሐ
በንስሐ ወደ እግዚአብሔር መመለስ

ንስሐ እግዚአብሔር ሰው በኃጢአት ምክንያት ከወደቀ በኋላ ፣ ቀድሞ የነበረውን ሕብረቱና አንድነቱን በዕርቅ ለመመለስ ያዘጋጀለት የፍቅርና የርህራሄ መንገድ ነው፡፡ እግዚአብሐየር የሰውን ልጅ ስለወደደ እንዲሁ ጠፍቶ እንዲቀር አልተወዉም፡፡ የሚድንበትን መንገድ ራሱ አዘጋጀለት፡፡ ይህም የተዘጋጀው መንገድ እግዚአብሔር አምላክ ሰውን በመውደዱ አንድ ልጁን በመሰቀል ላይ እንዲሞት ለሰው ልጆች ኃጢአትና በደል አሳልፎ በመስጠት በእርሱም በማመን ንስሐ በመግባት ደህንነትን እንዲቀበሉ በማሰብ ነው፡፡ (ዘፍ. 15:6፤ ኢሳ.30፡15፤ ዮሐ. 3:16፤ 1ኛ ዮሐ. 4:10)

አንደኛ ፡-ንስሐ ማለት ምን ማለት ነው?

የዚህን ጥያቄ መልስ የሚሰጠን መጽሐፍ ቅዱስ የእግዚአብሔር ቃል ብቻ ነው፡፡ በሐዋርያት ሥራ ላይ «ንስሐ ግቡ ተመለሱም» የሚል ሐረግ እናገኛለን፡፡ (ሐዋ. 3:19-20) በሌሎች ስፍራዎችም የሰይጣንን፣ የዓለምን፣ የሥጋዊ ኃጢአትንና ክፉ ሥራዎች ሁሉ ትተንና ከደን ወደ እግዚአብሔር መመለስ እንዳለብን ተጽፏል፡፡ (ገላ. 5:19-21፤ ኢሳ.30፡ 15፤ 46:8-9፤ 55:6-7) ስለዚህ ንስሐ ማለት ከኃጢአት መመለስና ወደ እግዚአብሔር መምጣት ነው፡፡ ንስሐ ለሰው ሁሉ የሚያስፈልግ እውነት ነው፡፡ (ሉቃስ 13:2-5፤ ማቴ. 3:1-2፤ ሐዋ. 17:30) ሁሉም ሰው ንስሐ ይገባ ዘንድ እግዚአብሔር አምላካችን በቃሉ ያዛል፡፡ ንስሐ ግቡ በወንጌልም እመኑ በማለት ጌታ ኢየሱስም ያስጠነቅቃል፡፡ (ማር. 1:14-15)

ሁለተኛ ፡- የእግዚአብሔር አገልጋዮችም ይህንን እውነት ተረድተው ንስሐን ከሁሉም አስቀድመው ይሰብኩ ነበር፡፡

- ✓ በሉቃስ 3:2-6) ላይ እንደምንመለከተው መጥምቁ ዮሐንስ ሰዎች በመጀመሪያ ልባቸውን እንዲያስተካክሉ ንስሐም እንዲገቡ ሰበከላቸው፡፡
- ✓ ጌታችን ኢየሱስም ለሕዝቡ በመጀመሪያ የሰበከላቸው ንስሐን ነው፡፡ (ማቴ. 4:17)
- ✓ ሐዋርያትም ከሁሉም አስቀድመው በንስሐ መመለስን ሰበኩ፡፡ (ሐዋ. 2፡38፤ 3:19-20)
- ✓ ሐዋርያው ጳውሎስም ንስሐ አስፈላጊ እንደሆነ ለሁሉም ያስተምርና ይሰብክ ነበር፡፡ (ሐዋ. 20፡20-21፤ 26:16-20)

ሦስተኛ፡- ንስሐ የሠራነውን ኃጢአት መናዘዝ፣ መናገርና መንጻት ነው፡፡

- ✓ በንስሐ መናዘዝ ከእግዚአብሔር የተሰጠን ታላቅ ስጦታ ወይም ዕድል ነው፡፡ (ኢሳ.43፡25-26፤ ሮሜ 2:4-5፤ 2ኛ ጴጥ. 3:9፤ ምሳሌ 28:13፤ 1ኛ ዮሐ. 1፡9-10)
- ✓ ወደ እግዚአብሔር ስንቀርብ አስቀድመን በንስሐ መታጠብ አለብን፡፡ (ዘፀ. 30:17-21)
- ✓ እግዚአብሔርም በቃሉና በመንፈሱ ከርኵሰት ያነጻናል፡፡ (ሕዝ. 36:25)
- ✓ የጌታችን የኢየሱስ ክርስቶስ ደም ከኃጢአት ርኩሰት ያነጻል፡፡ (ዘካ. 13:1፤ 1ኛ ዮሐ. 1፡7)
- ✓ ንስሐ ከገባን በኋላ በአዲስና በሕያው መንገድ ወደ ቅድስት በኢየሱስ ደም በንስሐ እንገባለን፡፡ (ዕብ. 10:19-23)
- ✓ ኃጢአታችን ብንናዘዝ ከአመጽም ሁሉ ሊያነጻን የታመነና ፃድቅ ነው፡፡ የተባለው ቃል የታመነ ነው፡፡ (1ኛ ዮሐ. 1፡9፤ ኢሳ. 1፡18-20፤ 43:25-26)
- ✓ እግዚአብሔር በእምነት ንስሐን በደሙ አዘጋጅቷል፡፡ (ሮሜ 3:25-26፤ ዘሌ. 17:11፤ ኤፌ. 1:7)

አራተኛ፡- በንስሐና በመናዘዝ ወደ እግዚአብሔር መንግሥት እንገባለን፤ ሆኖም እንዳንገባ የሚያደርጉን ምክንያቶች የሚከተሉት ናቸው፡፡

- ✓ አመፀኞች የእግዚአብሔርን መንግሥት አይወርሱም ስለሚል አመጸኛነት አንዱ ምክንያት ነው፡፡ (1ኛ ቆሮ. 6: 9-10፤ ኤፌ 5:5)
- ✓ ሰው ዳግመኛ ካልተወለደ የእግዚአብሔርን መንግሥት ሊያይ አይችልም፡፡ (ዮሐ. 3:3)
- ✓ ሰው ከቃሉና ከመንፈስ ዳግመኛ ካልተወለደ ወደ እግዚአብሔር መንግሥት አይገባም፡፡ (ዮሐ. 3:5፤ 1ኛ ጴጥ. 1:23፤ ያዕ. 1:18)
- ✓ አትሳቱ ሥጋና ደም የእግዚአብሔርን መንግሥት አይወርስም፡፡ (1ኛ ቆሮ. 15:50)
- ✓ በሥጋ፣ ሰይጣንና ዓለም ክፉ ሥራዎች ያሉት ሁሉ የእግዚአብሔርን መንግሥት አይወርሱም፡፡ (ገላ. 5:19-21፤ ራእይ 20:10፤ 21:8)

አምስተኛ፡- በንስሐ በመናዘዝ ቃሉን በእምነት በመቀበል ወደ እግዚአብሔር መንግሥት እንገባለን፡፡

- ✓ በእውነት ቃል በንስሐና መናዘዝ ተቀብለን በእምነት የመንግሥቱ ወራሾች እንሆናለን፡፡ (ዮሐ. 1:12፤ 1ኛ ጴጥ. 1:23፤ ያዕ. 1:18፤ ማር. 1:15)
- ✓ ኢየሱስ ክርስቶስን በማመን የእግዚአብሔር ጽድቅ እናገኛለን፡፡ (ሮሜ 3:22)
- ✓ በእምነት በመቀበል የልጅነት መንፈስ እንቀበላለን፡፡ (ሮሜ 8:15፤ ገላ. 4:6)
- ✓ የእግዚአብሔር የመንግሥቱ ወራሾች ልጆች ነን፡፡ (ሮሜ 8:17፤ ገላ. 4:7)
- ✓ የዘላለም ህይወት እናገኛለን፡፡ (1ኛ ዮሐ. 5፡13፤ ዮሐ 6፡48)
- ✓ በኢየሱስ በማመን የትንሣኤው ህይወት ይሰጠናል፡፡ (ዮሐ. 11:25)
- ✓ በክርስቶስ ኢየሱስ ደም ጸድቀን ከቁጣው እንድናለን፡፡ (ሮሜ 5:9)
- ✓ የመንፈሱ ማደሪያ መቅደሱ እንሆናለን፡፡ (ዮሐ. 14:17፤ 1ኛ ቆሮ. 3:16-17)

- ✓ የእግዚአብሔርን ሃሳብ በመንፈሱ እንረዳለን፡፡ (1ኛ ቆሮ. 2:10፤ ሮሜ 8:16)
- ✓ ከክብር ወደ ክብር ከመንፈስ ቅዱስ እንለወጣለን፡፡ (2ኛ ቆሮ. 3:17-18)

አራተኛ፡- የንስሐና የመመለስ ጸሎት (ኢሳ. 30፡15)

የእግዚአብሔርን ፊት ለመፈለግና ለመሻት በምስጋና ወይም በንስሐ እንቀርባለን፡፡ አንዳንድ የጸሎት ህብረቶች አንዱ በንስሐ መቅረብ አለብን ሲል ሌላው በምስጋና መሆን አለበት በማለት በሃሳብ ባለመግባባት የባሰ ጸሎታቸው እንደሚከለከል ይዘነጉታል፡፡ እንግዲህ በምስጋናም ጀምርን በንስሐ የጸሎቱን ህብረት በጊዜው ጸሎቱን ለሚመራው ግለሰብና ለመንፈስ ቅዱስ ቢተው መልካም ነው፡፡ ምክንያቱም መንፈስ ቅዱስ እንዲመራን መፍቀድና መዘጋጀት የጸሎቱን ህብረት ፕሮግራም ለተወሰኑ ወንድም ሆነ እህት መተው የተሻለ መፍትሄ ይሆናል፡፡ የእግዚአብሔር ቃል ንስሐ እንድንገባና ወደ እርሱ እንድንመለስ በብዙ ቦታዎች ይናገራል፡፡ (ምሳሌ 28:13፤ ዕዝራ 10:1) እንዲሁም ዳንኤልና ነህምያ የአባቶቻቸውን የራሳቸውን ኃጢአት ሲናዘዙና ንስሐ ሲገቡ እንመለከታለን፡፡ እንዲሁም ጌታችን ኢየሱስ ክርስቶስ እናንተም ንስሐ ካልገባችሁ እንዲሁ ትጠፋላችሁ በማለት አስጠንቅቋል፡፡ (ሉቃስ 13:1-5) ለዚህም ነው ሐዋርያው ዮሐንስ "የልጁም የኢየሱስ ክርስቶስ ደም ከኀጢአት ሁሉ ያነጻናል።" በማለት ለንስሐ የሚያደፋፍረን፡፡ (1ኛ ዮሐ. 1:7)

አምስተኛ፡- ንስሐ የምንገባው እንዴት ነው? (ኢሳ. 59፡1-3)

በጸሎታችን ወቅት እንደ እግዚአብሔር ቃል የማንናዘዝና ንስሐ የማንገባ ከሆነ በአየር ላይ የሚቀር እንጉሎትና ባዶ ጩኸት ብቻ እንደሚሆንብን መርሳት የለብንም፡፡ እግዚአብሔር እንደ ቃሉ የምንጠይቀውን ሁሉ እንደሚመለስልን በቃሉም የታመነ አምላክ ስለሆነ እንደሚፈጽመው መታመን ይኖርብናል፡፡ "ኀጢአታችንን ብንናዘዝ ኀጢአታችንን ይቅር ሊለን፣ ከዐመፃ ሁሉ ሊያነጻን የታመነና ጻድቅ ነው።" (1ኛ ዮሐ. 1:9)

ተብሎ የተጻፋም ለዚህ ነው፡፡ ንስሐ ማለት የሠራነውን ኃጢአት የኢየሱስን ደም እየጠራን መናዘዝ ነው፡፡ ይህን ዕውነት በሚመለከት ለማጉላት በብሉይ ሆነ በአዲስ ኪዳን ደም ሳይፈስ የኃጢአት ስርየት እንደሌለ አጽንዒት ሰጥቶ ሲያሳስበን እንመለከታለን፡፡ (ዘሌ. 17፡10-12፤ ዕብ. 9፡22) "እነሆ የዓለምን ኀጢአት የሚያስወግድ የእግዚአብሔር በግ፤" (ዮሐ. 1፡29) እግዚአብሔር ጻድቅ አምላክ ስለሆነ ከኃጢአት ጋር ህብረት ስለ ሌለው የሰው ልጅ ኃጢአት ሲሠራ ከአምላኩ ጋር ያለው ህብረት በንስሐ እስኪመለስ ድረስ ህብረቱ ይቋረጣል፡፡ ለዚህም ነው ሰው ሲሳሳት ወዲያውኑ በንስሐ መመለስ ያለበት፡፡ በጎልጎታ ተራራ ላይ ጌታ ኢየሱስ ክርስቶስ የእኛን ኃጢአት በመስቀል ላይ ተሸክሞ ሲሰቀል እግዚአብሔር አብ አባቱ ፊቱን አዞረበት፡፡ ምክንያቱም እግዚአብሔር ፍጹምና ቅዱስ ስለሆነ በእኛ ኃጢአት ምክንያት ጌታ ኢየሱስ ከአባቱ ጋር የነበረው ኅብረት ተቋረጠበት፡፡

ይቅር ያለማለት የሚያስከትለው ጉዳት

ይቅር የሚል ልብ ስናጣና እልኸኞች ስንሆን ልንወጣው የማንችለውን ስቃይና መከራ በራሳችን ላይ እንጋብዛለን፡፡ በማቴ. 5:23-25 ላይ በተቀመጠው ማሳሰቢያና ማስጠንቀቂያ መሠረት ይቅር አለማለትና ንስሐ አለመግባት፤ ከእግዚአብሔርም ዘንድ ምህረትና ይቅርታ እንዳይሰጠን ያደርጋል፡፡ በተራቸው ሊያሰቃዩንና ይቅር ለማይሉን ሰዎች ታልፈን እንድንሰጥ ያደርገናል፡፡ ስለዚህም እኛ ወስነን ይቅርታ እስክንሰጥ ድረስ ስቃያችን ይቀጥላል፡፡ (ማቴ. 18:35) ለጸሎት ስንቀርብ ይቅር የማንልና ንስሐ የማንገባ ከሆነ ጸሎታችን እንደማይሰማ ጌታ ተናግሯል፡፡ (ማር. 11:25-26) በምህረት፣ በይቅርታና በንስሐ አለመመለስ በፍርሃትና በሰቀቀን እንድንኖር ያደርገናል፡፡ (ዘፍ. 50:15-18) "ኀጢአቱን የሚሰውር አይለማም፤የሚናዘዝና የሚተወው ግን ምሕረትን ያገኛል።" (ምሳሌ 28:13)

ምሕረትና ይቅርታ እንዴት እንሰጣለን?

ኢየሱስም ፣ "አባት ሆይ፤ የሚያደርጉትን አያውቁምና ይቅር በላቸው" አለ።" (ሉቃስ 23:34) ሊቀ ዲያቆን የነበረው እስጢፋኖስ እየወገሩት፣ እያሰቃዩት ሳለ እርሱ ግን ለወጋሪዎቹና ለሚያሰቃት ሰዎች ይቅርታን ለመነላቸው፡፡ (ሐዋ7:60) ለሰዎች ይቅርታን የምንሰጠው እኛም ይቅር ስለተባልን ነው፡፡ (ማቴ. 6:14) በምሕረትና በእውነት ኃጢአት ስለሚሰረይልን ነው፡፡ (ምሳሌ 16:6) እኛን እግዚአብሔር በክርስቶስ ይቅር እንዳለን እኛም ይቅር እንድንል ቃሉ ይነግረናል፡፡ (ኤፌ. 4:32) ጌታም የበደሉአችሁን ይቅር በሉ አለ እንጂ የበደላችሁትን አላለም፡፡ (ማቴ. 6:12) እኛን የጎዱንን ይቅር ማለት በተጨማሪ ተጎድቶ እንደገና የጎዱንን ይቅር ማለት ቀላል ነገር አይደለም፡፡ እስጢፋኖስን ሲወግሩት ስቃይ ነበረው፡፡ ነገር ግን እየተጎዳም ቢሆን ይቅር በላቸው በማለት ይቅርታን ሰጣቸው፡፡ (ሉቃስ 23:34፤ ሐዋ. 7፡60) እንግዲህ እንደ እግዚአብሔር ቃል የእግዚአብሔር ልጆች

ለመሆን ከወሰንን በእግዚአብሔር ጸጋ አስቻይነት ልንፈጽመው የሚገባን የልጅነት ኃላፊነት እንዳለብን ማወቅ አለብን፡፡ ነቢዩ ሙሴና ሐዋርያው ጳውሎስ ስለ ወገኖቻቸው ምሕረት ሲሉ በእነርሱ ፋንታ እንዲሞቱና ወገኖቻቸው ምሕረትን እንዲቀበሉ እግዚአብሔር አምላክን ተማጽነዋል፡፡ እነርሱ ምሕረትን የጠየቁላቸው ወገኖቻቸው እነርሱን የጎዱና እያሰቃዩአቸው የነበሩ እንደነበሩም መዘንጋት አይገባም፡፡ የተጻፈ እውነት ስለሆነ ፡፡ እኛም ይህን እውነት እንደተቀበልነው ምሕረት እንድንሰጥ ጸጋውን ይስጠን፡፡

ልመናን ወደ እግዚአብሔር የማቅረብ ጸሎት (ማቴ. 7:7)

አንድ የሐዋርድ ዩንቨርስቲ ፕሮፌሰር የሆኑት ኢትዮጵያዊ «እኔ ተወልጄ አሁን እስካለሁበት ጊዜና ዘመን ከረሃብና ከችግር ከመለመን አልወጣንም» በማለት ስለአገራቸው ስለ ኢትዮጵያ ሲናገሩ በስብሰባው ላይ ተገኝቼ ሰምቻለሁ፡፡ ወገኖቼ እኛ ኢትዮጵያውያንን የሚያስፈልገንን ለማግኘት ባለጸጋ የሚባሉትን አገራትንና የተባበሩት መንግሥታትን ራሳችንን አዋርደን የለመንነውን ያህል ወደ እግዚአብሔር ቀርበን እርሱን ብንለምን ምን ያህል ባተረፍንና ከድህነትና ከመማቀቅ ነጻ በወጣን ነበር ብዬ አስባለሁ፡፡

ልመናን ወደ እግዚአብሔር የማቅረብ ጸሎት ስናደርግ ፡-

- "በእግዚአብሔር ፊት ለመቅረብ ያለን ድፍረት ይህ ነው፤ ማንኛውንም ነገር እንደ ፈቃዱ ብንለምን እርሱ ይሰማናል፤" ተብሎ ተጽፎአልና ልመናችን ይሰማልናል፡፡ (1ኛ ዮሐ. 5:14)
- እንዲሁም የጌታችን መድኃኒታችን ኢየሱስ ክርስቶስ "ለምኑ፣ ይሰጣችኋል፤ ፈልጉ፣ ታገኛላችሁ፤ አንኳኩ፣ በሩም ይከፈትላችኋል።" ተስፋ ሰጥቶናልና ጸሎታችን ይሰማልናል፡፡ (ማቴ. 7:7)

ወደ እግዚአብሔር የሚቀርብ ጸሎት

ሐዋርያው ያዕቆብ ጸሎታችንን አስመልክቶ አለማመናችን እንቅፋት እንዳይሆንብን እንደሚከተለው አስጠንቅቆናል፡፡ «በእናንተ ዘንድ ጦርና ጠብ ከወዴት ይመጣሉ? በብልቶቻችሁ ውስጥ ከሚዋጉ ከእነዚህ ከምኞቶቻችሁ አይደሉምን? ትመኛላችሁ ለእናንተም አይሆንም፤ ትገድላላችሁ በብርቱም ትፈልጋላችሁ፥ ልታገኙም አትችሉም፤ ትጣላላችሁ ትዋጉማላችሁ ነገር ግን አትለምኑምና ለእናንተ አይሆንም፤ ትለምናላችሁ፥ በምኞቶቻችሁም ትከፍሉ ዘንድ በክፉ ትለምናላችሁና አትቀበሉም። (ያዕቆብ 4:1-3)

ሐዋርያው ጳውሎስም፡- "የምናቀርበው ልመና ከስሕተት ወይም ከክፉ ዐላማ ወይም እናንተን ለማታለል ከመፈለግ የመነጨ አይደለም፡፡" (1ኛ ተሰ. 2:3) በማለት ልመናችን ከስህተትና ከክፉ ዓላማ እንዲርቅ ያሳስበናል፡፡

በተጫማሪም « እንግዲህ እግዚአብሔርን በመምሰልና በጭምትነት ሁሉ ጸጥና ዝግ ብለን እንድንኖር፥ ልመናና ጸሎት ምልጃም ምስጋናም ስለ ሰዎች ሁሉ ስለ ነገሥታትና ስለ መኳንንትም ሁሉ እንዲደረጉ ከሁሉ በፊት እመክራለሁ። ሰዎች ሁሉ ሊድኑና እውነቱን ወደ ማወቅ ሊደርሱ በሚወድ በእግዚአብሔር በመድኃኒታችን ፊት መልካምና ደስ የሚያሰኝ ይህ ነው። (1ኛ ጢሞ. 2:1-2) ብሎ ይመክረናል፡፡

እንደዚሁም "በሁሉ ዐይነት ጸሎትና ልመና፣ በማንኛውም ሁኔታ በመንፈስ ጸልዩ፤ ይህንም በማሰብ ንቁ፤ ስለ ቅዱሳንም ሁሉ በትጋት ልመና አቅርቡ፡፡" (ኤፌሶን 6:18) ይለናል፡፡

የእግዚአብሔር ቃል የልመና ጸሎት ምን መምሰል እንዳለበት ከዚህ በላይ የተጠቀሱት ጥቅሶች እንዴት መለመን እንዳለብን በቂ ግንዛቤን ይሰጡናል ብዬ አምናለሁ፡፡ በግል ከመለመን እስከ ቤተሰብና አገር እውነተኛ ሕያው እግዚአብሔርን ለምነን እንዲሁም እንደ እግዚአብሔር ቃል ተቀብለንም ለማየትና ለማሳየት ያብቃን፡፡ (1ኛ ዜና 4:10፤ ማቴ. 7:7፤ 1ኛ ዮሐ. 5:14)

የምልጃ ጸሎት (1ኛ ጢሞ. 2:1-5)

የምልጃ ጸሎት እኛ ራሳችንን በሌሎች ቦታ አድርገን ፣ በእነርሱ ጫማ ውስጥ በመሆን መቃተት ማለት ነው:: እግዚአብሔር ራሱ የሚማልዱ ሰዎችን ይፈልጋል:: በእርግጥም በዚህ ዘመን የሚማልዱ ሰዎች ጠፍተዋል:: ከክፋትም የራቀ ሰው ለብዝበዛ ሆኖአል። እግዚአብሔርም አየ፥ ፍርድም ስለሌለ ተከፋ። ሰውም እንደሌለ አየ፥ ወደ እርሱ የሚማልድ እንደሌለ ተረዳ ተደነቀም፤ ስለዚህ የገዛ ክንዱ መድኃኒት አመጣለት፥ ጽድቁም አገዘው። (ኢሳ. 59:15-16) ተብሎ የተጻፈውም ይህንን ዕውነት ሲያመለክት ነው::

"ምድሪቱን እንዳላጠፋት ቅጥሩን የሚጠግን፣ በፈረሰውም በኩል በፊቴ የሚቆምላት ሰው ከመካከላቸው ፈለግሁ፤ ነገር ግን አንድም አላገኘሁም። ስለዚህ መዓቴን አፈስባቸዋለሁ፤ በጽኑ ቍጣዬም አነዳቸዋለሁ፤ ያደረጉትንም በራሳቸው ላይ እመልሳለሁ፤ ይላል ጌታ እግዚአብሔር" (ሕዝ. 22:30-31)

"ስለዚህ ድርሻውን ከታላላቆች ጋር እሰጠዋለሁ፤ ምርኮውን ከኀያላን ጋር ይካፈላል፤ እስከ ሞት ድረስ ሕይወቱን አሳልፎ በመስጠቱ፣ ከክፉ አድራጊዎችም ጋር በመቈጠሩ፣ የብዙዎችን ኀጢአት ተሸከመ፤ ስለ ዐመፀኞችም ማለደ።" (ኢሳ. 53:12)

"ሙሴ ወደ እግዚአብሔር ተመልሶ እንዲህ አለው፤ 'ወዮ እነዚህ ሕዝብ የሠሩት ምን ዐይነት የከፋ ኀጢአት ነው! ለራሳቸውም የወርቅ አማልክት ሠሩ። አሁን ግን አቤቱ ኀጢአታቸውን ይቅር በል፤ ያለዚያ ግን ከጻፍኸው መጽሐፍ እኔን ደምስሰኝ።" (ዘፀ. 32:31-32)

እንዲሁም ሐዋርያው ጳውሎስ ስለ እስራኤላውያን እንዲህ ይላል፦ "በክርስቶስ ሆኜ እውነት እናገራለሁ፤ አልዋሽም፤ ኅሊናዬም በመንፈስ ቅዱስ ይመሰክርልኛል። ታላቅ

ሐዘንና የማያቋርጥ ጭንቀት በልቤ አለ። ለወገኖቼ ስል ስለ ወንድሞቼ እኔ ራሴ የተረገምሁና ከክርስቶስም ተለይቼ የተጣልሁ እንድሆን እንኳ እወድ ነበር፤" (ሮሜ 9:1-3)

ከዚህ በላይ የጠቀስናቸው የእግዚአብሔር ቃል የምልጃ ጸሎት ምን መምሰልና ምን መሆን እንዳለበት የሚማልዱም ሰዎች ምን መምሰል እንዳለባቸው እንደ መመሪያና ምክር እንደሚሆኑ አምናለሁ፡፡ "ከዚያም አስቴር ለመርዶክዮስ ይህን መልስ ላከችበት፤ 'ሂድና በሱሳ ያሉትን አይሁድ ሁሉ በአንድነት ሰብስብ፤ ስለ እኔም ጹሙልኝ፤ ቀንም ይሁን ሌሊት ለሦስት ቀን አትብሉ፤ አትጠጡም። እኔና ደንገጡሮቼም እናንተ እንደምታደርጉት ሁሉ እንጾማለን፤ ይህ ከተፈጸመ በኋላ ግን ነገሩ ምንም እንኳ ከሕግ ውጭ ቢሆንም፣ ወደ ንጉሡ ዘንድ እሄዳለሁ፤ ከጠፋሁም ልጥፋ።' ስለዚህ መርዶክዮስ ሄደ፤ የአስቴርንም ትእዛዝ ሁሉ ፈጸመ።" (አስቴር 4:15-17) እግዚአብሔር በዘመናችን የሚማልዱ ወንድና ሴት ልጆቹን እንዲሰጠን የምንጸልይ አማኞች ያድርገን፡፡ እርሱም የታመነ አምላክ ነውና እንደሚያደርገው አምናለሁ፡፡ ስለዚህ አምነን የምንጸልይ ልጆቹ ያድርገን፡፡

ሪቫይቫል እንዲመጣና አገልጋይ እንዲልክ

በአሜሪካም ሆነ በሌሎችም ዓለማት፣ እንደዚሁም መጽሐፍ ቅዱሳችንን ስናነብ የምንገነዘበው መንፈሳዊ እንቅስቃሴም ሆነ እግዚአብሔር የሚልካቸው አገልጋዮች መነሳት ሁሉ የምልጃና የጸሎት ውጤቶች ሆነው ነው፡፡ አሜሪካ ኖርዝ ካሮላይና የሚባል እስቴት በአንዲት ትንሽ አጥቢያ ቤተ ክርስቲያን ውስጥ አምስት የሚሆኑ የጸሎት አገልጋዮች ነበሩ ፡፡ እነዚህ ሰዎች ለአገራቸውም ሆነ ለምድራቸው መንፈሳዊ መነቃቃትና ወንጌል ሰባኪን ከዚያች ትንሽ መንደር ያስነሳ ዘንድ ለአርባ ስድስት ዓመታት አጥብቀው ይጸልዩ ነበር፡፡ ጸሎቱን የሚያስተባብረው ወንድም ወደ ጌታ በሄደ ከሦስት ዓመት በኋላ ከዚያች መንደርና እግዚአብሔር አምላክ ወንጌላዊ ቢሊ ርግሃምን አስነሳ፡፡ በህይወት

የነበሩትና ከዚያ ወደ ጌታ ከሄደው ወንድም ጋር አብረው ሲጸልዩ የነበሩት ወገኖች በህይወት ኖረው የእግዚአብሔርን ጸሎት ሰሚነትና ታማኝነት ለማየት ቻሉ፡፡ እዚህ ላይ ልንወስደው የሚገባን ቁምነገር ጸሎት ግልጽ መሆን እንዳለበትና በእምነትም በትጋትም መጠበቅ እንዳለበት ነው፡፡ ይህችን የምልጃ ጸሎት ሲደረግባት የነበረችውና የቢሊ ግርግሃም አገልግሎት ቦታ ፡ እ.ኤ.አ በ1992 ዓ.ም ወንጌልን በዓለም ዙርያ ስለማዳረስ በተሰጠው ሴሚናር ላይ እኔና ባለቤቴ ስምንት መቶ አምስት አገልጋዮች ጋር ተገኝተን ለማየትና ለመካፈል ችለናል፡፡

በተጨማሪም በአሜሪካ ሜሪላንድ እስቴት ሦስት ሴቶች ልጆ የነበሯቸው አንድ መጋቢና ሚስቱ ፓቶማክ የተባለው ወንዝ በሚገኝበት አካባቢ በአንድ ቤተክርስቲያን ውስጥ ሲያገለግሉ እግዚአብሔር አምላክ ከአፍሪካ በተለይም ከኢትዮጵያ ግልጽ በሆነ መንገድ መጋቢ እንዲልክ ለብዙ ዓመታት ሲጸልዩ ከኖሩ በኋላ ወደ ጌታ ተሰበሰቡ፡፡ እግዚአብሔርም እነዚያ ወገኖች የጸለዩትን ጸሎት ሰምቶ ልክ እንደጸለዩት አንድ ኢትዮጵያዊ መጋቢ ለዛች ቤተ ክርስቲያን አመጣላቸው፡፡ የዚህንም የጸሎት መልስ እነዚያ የፓስተሩ ሦስት ሴቶች ልጆች የወላጆቻቸው የጸሎት መልስ እንደተመለሰ ምሥክር ሆነው ለማየት ችለዋል፡፡ ይህ ወንድም እስከ ቤተሰቡ በመሠረተ ክርስቶስ ቤተክርስቲያን ብዙ ዘመን በመሪነት ያገለገለ፣ በደርግ ዘመን ስለወንጌል የታሰረና ለጌታ መከራ የተቀበለ ወንድም ነበር፡፡ በእኛም ቤተ ክርስቲያን በመሪነት ብዙ ዓመታት ያገለገለና ቤተሰቡም ለእኛም የተወደዱ ቤተሰቦች ናቸው፡፡ ይህ ወንድም እንግሊዝኛ ተናጋሪ በሆኑ ቤተክርስቲያን ለማገልገል ሲቀባ እኔም በቦታው ተገኝቼ ምሥክር ለመሆን ችዬ ነበር፡፡ በዚያን ቀን ነው ኢትዮጵያዊ ፓስተር እንዲመጣላቸው ሲጸልዩ የነበሩት የፓስተር ልጆች የአባትና እናታቸውን ጸሎት ውጤት እነርሱ በህይወት እያሉ ማየታቸውን እያለቀሱ ምስክርነታቸውን ሲሰጡ ሰምቻለሁ፡፡ ይህ ኢትዮጵያዊ ፓስተር ጥላሁን በየነ ይባላል፡፡ አሁንም እያገለገለ ያለ ወንድም ነው፡፡

ወደ እግዚአብሔር የሚቀርብ ጸሎት

በአሜሪካ የተፈጸመ አንድ ታሪክ ላውጋችሁ፡፡ ይኸውም አንዲት በጸሎት የሚተጉና ወንጌልንም በመመስከር የሚታወቁ የህክምና ባለሙያ የሆኑ ልጅ የነበራቸው መበለት ነበሩ፡፡ ልጃቸው ብዙ ነግረውትና ብዙ ጸልየውለት ከማመን ዘገየባቸው፡፡ በመጨረሻም ይህም ልጃቸው ቀድሞ እንደሚያደርገው ለዓመት በዓል ሊጠይቃቸው ሲመጣ የልጃቸው ስም በሽፋኑ ላይ የተጻፈበት መጽሐፍ ቅዱስ አዘጋጅተው «ልጄ እኔ ለአንተ ያለኝ ትልቁ ስጦታ ኢየሱስና ይህ መጽሐፍ ቅዱስ ነው፡፡» ከዚያም በኋላ እንደ ልማዱ ለበአል ሊጠይቃቸው ሲመጣ ፤ እሳቸውን ደስ ለማሰኘት እርሳቸው የሰጡትን መጽሐፍ ቅዱሱን እየያዘ ይመጣ ነበር፡፡ አንድ ጊዜ ሊጠይቃቸው እንደመጣ መጽሐፍ ቅዱሱን እሳቸው ዘንድ ትቶት ሄደ፡፡ እኚህ እናትም መመስከር ስለሚወዱ አንድ ሰው መሰከሩለትና ጌታን እንደ ግል አዳኙና መድሃኒቱ አድርጎ ተቀበለ፡፡ «በየቀኑ የምታነበው መጽሐፍ ቅዱስ አለህን ?» ይሉታል፡፡ እርሱም «የለኝም» ይላቸዋል፡፡ « የልጄ ስም የተጻፈበት መጽሐፍ ቅዱስ አለኝ እርሱን ልስጥህ?» አሉት፡፡ እርሱም «እሺ» ብሎ ተቀብሎ ወደ ቤቱ ሄደ፡፡

እኚህ አዛውንት እናት ከጥቂት ዓመት በኋላ የልጃቸውን ጌታን መቀበል እየጸለዩ ኖረው መቀበሉን ሳያዩ ወደሚወዱት ጌታ ተሰበሰቡ፡፡ ከዕለታት አንድ ቀን ያ የመሰከሩለት የልጃቸው ስም የተጻፈበን መጽሐፍ ቅዱስ የሰጡት ሰው ይታመምና ድንገተኛ ህክምና ክፍል ይገባል፡፡ የድንገተኛው ህክምና ክፍል ሐኪም ደግሞ የመበለቷ ልጅ ነበር፡፡ በሽተኛውንም የሚያስፈልገውን ምርመራ ካደረጉለት በኋላ ምንም ዓይነት በሽታ ስላልነበረበት ህመሙን ሊገኙለት አልተቻለም፡፡ ዶክተሩም እደርና ነገ ጠዋት አይተን እናሰናብትሃለን አለው፡፡ በህመም ምክንያት የመጣውም በሽተኛ አድሮ ጠዋት ማለዳ ዶክተሩ መጣና አይቶት ምንም በሽታ ስለሌለብህ ነርሷ መጥታ ታሰናብትሃለች በማለት ነገረው፡፡ ዶክተሩ እንዳለውም ነርሷ መጥታ አሰናበተችው፡፡ ይህ በሽተኛ ሲወጣ የዶክተሩ ስም የተጻፈበትንና የሐኪሙ እናቱ የሰጠችውን መጽሐፍ ቅዱስ እረስቶት ሄደ፡ ፡ ዶክተሩ ተመልሶ ወደ በሽተኛው ክፍል ሲመጣ በሽተኛው መጽሐፍ ቅዱስን እረስቶት

ወጥቶ ሄዷል። እንዴት ዕቃውን በሙሉ አልሰጠችውም ብሎ በቁጣ መልክ መጽሐፍ ቅዱሱን ክፍት አድርጎ ሲያየው እናቱ ስሙን አጽፋበት የሰጠችው መጽሐፍ ቅዱስ መሆኑን አይቶ አዘነ።

ይህ የመበለትዋ ልጅ ዶክተር በዚያን ቀን ወደ ሌላ እስቴት በትልቅ ሆስፒታል ለዶክተሮች ስልጠና ለመስጠት በአውሮፕላን ተሳፍሮ ሲበር ከሃያ ደቂቃ በኋላ አውሮፕላኑ ሊከሰከስ ነውና ተዘጋጁ በማለት ካፒቴኑ መናገር ሲጀምር ሐኪሙ ለተሳፋሪዎቹ ሁሉ የእናቴ አምላክ በሽታ የሌለበትን ሰው በሽተኛ አስመስሎ እኔን ለማስታወስና የእናቴን ጸሎት እንዳስብ በዚህ ማለዳ ያደረገው ነውና ፣ ጌታ ኢየሱስን ከእኔ ጋር የምትቀበሉ በማለት በታላቅ ጩኸት መናገር ጀመረ። ዛሬ ይህንን መልክት ካልተቀበላችሁ ሲዖል ወይም ገሃነም ይጠብቃችኋል፤ የጌታን ጥሪ ከእኔ ጋር ለምትቀበሉም መንግስተ ሰማይ ይጠብቃችኋል በማለት መናገሩን ቀጠለ ። አውሮፕላኑም ተቃጠለ። ይህ በጸሎት የወንጌል ምሥጢር ወዲያውኑ የተገለጠለት የመበለት ልጅ ባደረገው የነፍሳት ጥሪ በብላክ ቦክስ መረጃ መሰረት ከእርሱ ጋር ሠላሳ አምስት ሰዎች ጌታን እንደተቀበሉ ለማወቅ ተችሏል። እኚህ መበለት የጸሎታቸውን መልስ የሆነው ልጃቸውን ከሠላሳ አራት ነፍሳት ጋር በሰማይ ተቀበሉት። እኚህ እናት በጸሎትና በወንጌል ምሥክርነት ዘመናቸውን መኖራቸውና እንዲሁም የእግዚአብሔርንና የጸሎትን መልስ አሰጣጡን ስናይ በእግዚአብሔር ፊት እንደ ቃሉ በጽናት የሚጸለይ ጸሎት እንደማይወድቅ እርግጠኛ የሚያደርገን እውነት እንደሆነ እንረዳለን። ይህን ያደረገ አምላክና ጌታ የተመሰገነ ይሁን።

ከዚህ ቀጥሎ ያለውን ታሪክ ያገኘሁት ከወንድማችን አዲስ ጌታቸው «ጸሎትን ወደ ስፍራው እንመልስ» ከሚለው መጽሐፋቸው ከገጽ 175 ላይ «ፋዘር ናሺ ድልነሺው የጸሎት ልዑል» ከሚለው ንዑስ ርዕሥ ነው። እግረ መንገዴንም ወንድማችንን አዲስ ጌታቸውና ቤተሰባቸውን እንደዚህ ዐይነት ለአገር፣ ለቤተ ክርስቲያን፣ ለአገልግሎት

ወደ እግዚአብሔር የሚቀርብ ጸሎት

መሪዎችና ለግል የጸሎት ሕይወት የሚጠቅም የጸሎት መጽሐፍ በማበርከታቸው ለእኔም ከአርባ ዓመታት በላይ በውጭ አገር፤ በቤተ ክርስቲያን ውስጥ በመጋቢነት ለማገልገል ከጌታ ጋር ይበልጥ በፊቱ እንዳሳልፍ ከነበረኝ ጥማት ይበልጥ እንድጠቀም ረድቶኛል፡፡ ጌታ አገልግሎታቸውንና ቤተሰባቸውን ይባርክ እላለሁ፡፡

ዳንኤል ናሺ የጸሎት ልዑል

ፋዘር ናሺ ድል ነሺ የጸሎት አርበኛና ወታደር፡፡

ዳንኤል ናሺ የሚያገለግልበት ቤተ ክርስቲያን ሽማግሌዎች ከአገልግሎቱ እንዲባረርና እንዲሰናበት ያደረጉት የጸሎት ተጋዳይና አርበኛ ነበር፡፡ ዳንኤል ናሺ ቻርለስ ፊኒ ከተባለው የመንፈስ ቅዱስ አገልጋይና ሪቫይቫሊስትጋ ሄደ፡፡ የአንድ አዳሪ ትምህርት ቤት ባለቤት የሆነች ሴት ወደ ቻርለስ ፊኒ መጣችና «ፋዘር ናሺ የሚባል ሰው ታውቃለህን? ». ብላ ጠየቀችው ፡፡ « ይህ ሰው ከሁለት ሌሎች ሰዎች ጋር ሆነው በአንዱ ክፍላችን ውስጥ እንደገቡ እስካሁን ምንም አልቀመሱም፡፡ ይህም ጉዳይ በጣም ስላሳሰበኝና በጣምም ሲቃትቱ ስለ ሰማሁ እኔም በሩን ከፍቼ አሾልኬ ሳይ በፊታቸው መሬት ላይ ተደፍተው ሲያለቅሱ እነሆ ሦስተኛ ቀናቸው ነው፡፡ እኔም ምን አልባት ክፉ ነገር አግኝቶአቸው ይሆን በማለትም አሰብኩኝ፡፡ ውስጥም እንዳልገባ ፈራሁ፡፡ ምን እንደ ማድረግም አላወቅሁም ፤ እባክህ መጥተህ ልታያቸው ትችላለህ? አለችው፡፡ ቻርለስ ፊኒም የኔ መምጣት አስፈላጊ አይመስለኝም በእነርሱ ውስጥ እየሰማሽ ያለው መንፈስ ቅዱስ ያለበት የምጥ ጸሎት ነው፡፡» በማለት መለሰላት፡፡

ዳንኤል ናሺ በአንድ ከተማ ኮንፍራንስ ከመደረጉ በፊት ከሁለትና ሦስት ሳምንት በፊት ወደ ከተማው በመሄድ ለብቻው አንድ ክፍል ተከራይቶ መጸለይ ይጀምራል፡፡ በከተማው ላይ የሰለጠነውን ርኩስ መንፈስ በጸሎትና በኢየሱስ ስም ያባርርና ያፀዳል፡፡ ከዚያም ቻርለስ ፊኒን አሁን ለኮንፍራንሱ መምጣት ትችላላችሁ ብሎ ይልክበታል፡፡ ኮንፍራንሱም ሲደረግ የመንፈስ ቅዱስ ኃይል ይወርዳል፡፡ ብዙዎች ከእስራት ይፈታሉ፡፡ ነፍሳት በብዛት ወደ እግዚአብሔር መንግስት ይፈልሳሉ፡፡

በአንድ ወቅት ሁሌ እንደሚያደርገው በአንድ ከተማ ውስጥ ቤት ተከራይቶ ከገባበት ቀን ጀምሮ ለብዙ ቀናት መውጣት አልቻለም ነበር፡፡ ቤቱን ያከራየችው ሴት ይህ ሰው ከገባ

ወደ እግዚአብሔር የሚቀርብ ጸሎት

ጀምሮ ለብዙ ቀናት ሲወጣና ሲገባም አላየሁም በማለት ስትጨነቅ በበሩ ጠጋ እያለችም ስታዳምጥ በጸሎት ሲቃትት ትሰማው ነበር፡፡ ቀናት እየጨመሩና እየቆየ ሲመጣ ድምጽም መስማት አልቻለችም፡፡ ከዚህም በኋላ ሞቶ እንዳይሆን በማለት በሩን ከፍቼ ማየት አለብኝ ብላ በሩን ከፍታ ስታይ በደረቱ ተደፍቶ ሲቃትት አየችው፡፡ ከዚያም በኋላ ጸሎቱን ጨርሶ እስከሚወጣበት ቀን ጠበቀችው፡፡ በዚያች ከተማ ወንጌል እንዳይሰበክ ሲቋቋም የነበረው መንፈስ ተመታ፡፡ በተደረገውም ኮንፍራንስ የብዙ ሰዎች ከእስራት መፈታትና የብዙ ነፍሳት መዳን እንደሆነ የከተማው ሕዝብ ሁሉ አየ፡፡ ጸሎት ኃይል አለው፡፡

ፋዘር ናሺ በኒው ዮርክ ከተማ በምትገኝ በአንዲት ትንሽ ቤተ ክርስቲያን ውስጥ እረኛ ሆኖ ለስድስት ዓመታት ያገለገለ ሰው ነበር፡፡ በዚያም ከአንዴም ሁለቴ ብዙ ሰዎች ወደ ጌታ ከመምጣቱ ጋር በተያያዘ ሪቫይቫልን አይተዋል፡፡ ከቤተ ክርስቲያን ሰዎች ተገንጥለው ወጥተው ሌላ ቦታ ሲከፍቱም በሁለቱም መካከል በሰላም አገልግሏል፡፡ በመጨረሻም በአንድ ድንገተኛ በተጠራ ስብሰባም ዘጠኝ ለሦስት በሆነ ድምጽ ከመጋቢነቱ እንዲፈናቀል ሲደረግም እየሄደ ፕሮግራም መካፈሉን፣ መስበኩን ማጥመቁንና የጌታን እራት ማካፈሉን አላቆመም፡፡ ይህም የሆነው እ.ኤ.አ መስከረም 25 ቀን 1822 ዓ.ም ነበር፡፡ ለመገፋቱም ምክንያት የተደረገው አሁን አርባ ስድስት ዓመትህ ነውና ወጣት መጋቢ እንፈልጋለን የሚል ነበር፡፡ ፍሬው ግልጽ ሆኖ ቢታይም ቤተ ክርስቲያኒቱ በመጋቢነቱ እንዲቀጥል አላደረገችም፡፡ እግዚአብሔር ግን ፋዘር ናሺ በዚህ ውስጥ ከአደባባይ አገልግሎት ይልቅ ወደ ጓዳ የጸሎት አገልግሎትን እያለማመደው ነበር፡ ፡ ሆኖም እጅግ በሚወዳቸውና ባገለገላቸው ሰዎች ስለ ተጎዳ መንፈሳዊ ነገሩን እያደቀቀበት ሄደ፡፡ በዚህ ወቅት ደግሞ ቻርለስ ፊኒ የተባለው ሰው የሰባኪነት ፈቃድ ለማግኘት ፋዘር ናሺ ቆሞ እየጸለየ በነበረበት ጉባኤ ለፈተና ሲገባ ለመጀመሪያ ዐይን ለዐይን ተገጣጠሙ፤ ፊኒ ሲያየው ፋዘር ናሺ ንግግር የሚያደርግ እንጅ የሚጸልይ አይመስልም፡፡ ምክንያቱም ፋዘር ናሺ በቀዘቀዘ ስሜት ዐይኑን ገልጦ ጉባኤውን እየቃኘ

ይጸልይ ነበርና፡፡ ልክ ከዚህ ስብሰባ በኋላ ፋዘር ናሺ ከባድ የዐይን መቅላት ህመም ገጠመው፡፡ በዚህም ማንበብና መጻፍ በማይችልበት ጨለማ ክፍል ውስጥ ለረጅም ሳምንታት እንዲቆይ ተገደደ፡፡ በዚህን ጊዜ ሙሉ ለሙሉ ራሱን ለጸሎት ሰጠ፡፡ ዞር ብሎም ሕይወቱንና አገልግሎቱን እንዲመረምር ዕድል አገኘ፡፡ እይታው እንደተመለሰለትም ወዲያው ለጠፉት ነፍሳት ጽኑ ምልጃን ማድረግ ጀመረ፡፡ ይህም በቀጥታ የወንጌል ሰባኪነት ውስጥ ሳይሆን በጸሎት ወንጌልን ማድረስ አገልግሎት ታሪክ ውስጥ አስገባው፡፡ አንድ ወቅት ቻርለስ ፊኒ በኒው ዮርክ ኢቫንስ ሚልስ በምትባል ቦታ ወንጌልን ሊሰብክ መጣ፡፡ ያኔ የተጋድሎ ጸሎት በዚያ ስፍራ የጀመረው ፋዘር ናሺና እርሱ ድጋሚ ተገናኙ፡፡ በዚህ ጊዜ ቻርለስ ፊኒ ፋዘር ናሺን ሲያገኘው በጸሎት ኃይል የተቀጣጠለና የተጥለቀለቀም ሰው ሆኖ ነበር፡፡ ከዚህ ጊዜ ጀምሮ ፋዘር ናሺና ፌኒ አብረው ለማገልገል ተሳሰቡ፡፡ ወደ አንድ ማንም ወዳልሰበከበት ወይም ወንጌል በሚገባ ወዳልደረሰበት ቦታ ወይም አንዲት ማህበር ፈልጋ ስትጠራቸው እየተዘዋወሩ ሊያገለግሉ ተስማሙ፡፡

የጌታ ምሪት ሲመጣላቸው ፋዘር ናሺ ከሁለት ሦስት ሳምንት ቀደም ብሎ ይሄድና ለወንጌል ስርጭት ስፍራውን ያመቻቻል፡፡ ፋዘር ናሺ ሳይገለጥ ስብሰባው ሊደረግ ወደታሰበበት ከተማ ይገባና ከእርሱም ጋር በቃል ኪዳን ሊጸልዩ የሚችሉ ሁለት ወይም ሦስት ሰዎችን ይፈልጋል፡፡ አንዳንዴም እንደ እርሱ ተመሳሳይ ነገር ያለውን አቤል ከላሪን ይዞ ይሄዳል፡፡ ካልሆነ ግን የሄደበት ቦታ ሰው ፈልጎ በአንድ ልብ በዚያ ህብረተሰብ ላይ እግዚአብሔር እንዲንቀሳቀስ ልብን የሚነካ ምልጃን ያደርጋሉ፡፡ አንዲት በዕድሜ የገፉ እናት እንዲህ ሲሉ ስለ ፊኒ ሪቫይቫል ታሪክ ምስጢር ገልጸዋል፦ ፊኒ በቦልተን መጥቶ ለማገልገል ፈለገ ነገር ግን እርሱ አገልግሎቱን ከመጀመሩ ቀደም ብሎ ሁለት ሰዎች ደሳሳ ጎጆዬን እንኳኩና ለትንሽ ጊዜ ለመከራየት ጠየቁኝ፡፡ ለአንድ ለራሴ እንኳን የማትመች ጠባብ ናትና በመገረም ተመለከትኳቸው፡፡ በዚያች ጭልም ባለች ጎጆዬ በሳምንት ሃያ አምስት ሳንቲም እየከፈሉ አገልግሎቱን እስኪጨርስ ፋዘር ናሺና

ወደ እግዚአብሔር የሚቀርብ ጸሎት

ከላሪ የጨለማውን ኃይላት ሲፋለሙ የቆዩበት መሆኑን አይቻለሁ ብለዋል፡፡ ትልቅ መሰጠትና ትህትናን በፋዘር ናሺ ውስጥ ይነበብ ነበር ብለዋል፡፡ የምልጃ ጸሎት አስፈላጊነት ዋጋ ማስከፈሉና በውስጡ ያለውን ዕድል ከፋዘር ናሺ ሕይወት መማር ይቻላል፡፡ ፋዘር ናሺ ለጸሎት ሙሉ ሕይወቱን የሰጠ ሰው ነበር፡፡

ፊኒ ራሱ በአገልግሎቱ የሚታየው የመለኮት እንቅስቃሴ ምስጢር ውስጥ ስለገባው ሊያገለግልበት ወዳለው ቦታ ሁሉ አስቀድሞ ፋዘር ናሺን የጌታን ክንድ እንዲማጸንለት ይልከው ነበር፡፡ ፋዘር ናሺም ብዙ ጊዜ በሚካሄደው ስብሰባ ላይ የመገኘት ዕድል አይገጥመውም ምክንያቱ እርሱ የሚገኘው ለስብሰባው ቅርብ ወይም ጠጋ ያለ ክፍል ፈልጎ በግንባሩ ተደፍቶ ለእግዚአብሔር መንፈስ በኃይል መውረድና ለሰዎች መዳን በመቃተት የፊኒን ቀኝ እጅ ይደግፋልና ነው፡፡ ለፊኒ የሚደረግለት አብዛኛው የጌታ ሥራ በፋዘር ናሺና አብረውት ባሉት እንባና ጩኸት የተገኘ ለመሆኑ የሰማያዊ ዜና መዋዕል እንዳሰፈረው እሙን ነው፡፡ የእነዚህ ሰዎች መቃተት ለፊኒ አገልግሎት መዝለቅ ብቻ አይደለም የእግዚአብሔር ኃይል ዘወትር በስብከቱ መከሰት የሰዎች ወደ ጌታ መምጣትና መጽናት ትልቅ አስተዋጽዖ አድርጓል፡፡ በሪቫይቫሉም በሙቶ ሺህ የሚቆጠሩ ሰዎች ወደ ጌታ መጥተዋል፡፡ ጌታን ከተቀበሉት ሰዎች ሰማኒያ በሙቶው ጸንተው እንደቀሩም ይታመናል፡፡ የዛሬው ተገላቢጦሽ ማለት ነው፡፡ ቻርለስ ፊኒ የትኛውም እንቅፋት በገጠመው ጊዜ የሚሄደው ወደ ወንድም ፋዘር ናሺ ነበር፡፡ ሁለቱም በአንድ ልብ ሆነው ነገሩ እንዲነሳ ይጸልያሉ መልሱንም ያያሉ፡፡ (ማቴ. 18:19) አንዴ ወጣቶች ስብሰባ እየተካሄደ ሳለ እንደ ግድብ በሕዝቡ ላይ አጥረው አናስገባም አናስወጣም ይላሉ፡፡ ሁለቱም በዓላማ ጸለዩ፡፡

ፋዘር ናሺ በተፈጥሮው ዝምተኛና ከሰው ዓይንም ራሱን ዘወር የሚያደርግ ሰው ነው፡፡ እግዚአብሔር ጸሎቱን ሲመራው ድፍረቱም አብሮ ይመጣልና ልክ በስብሰባው ማለቂያ ላይ ወንድም ናሺ ተነስቶ መጣ በእነዚያም ተሳስረው ሕዝቡን በማገድ እያወኩ የቆሙት

ጉልማሶች ላይ እጁን አነጣጥሮ "ወጣቶች ስሙ እግዚአብሔር አንድ ሳምንት ባልሞላ ጊዜ እኔነታችሁን ሰብሮ የተወሰናችሁትን ወደ እርሱ አሊያም እንቢተኞችን ወደ ሲኦል ያወርዳል ታያላችሁ በማለት በድፍረትና በቁጣ ተናገራቸውና ቁጭ አለ። እንደ ተቀመጠ ግን በሲቃ አንገቱን ደፋ ጉባኤውም እንዲሁ። በዚያው ሳምንት የሁከቱ መሪ በአዕምሮ ውጥረት ወደ ፊኒ መጣ። ንስሐ ባስገባው ጊዜ እንደ ህጻን በተሰበረ ልብ አልቅሶ ጌታን ተቀበለ። ወዲያውም ምን ላድርግ ፊኒ አለ። እርሱም አብረውት ያሉትን እንዲመሰክርና ወደ ጌታም እንዲያመጣቸው ነገረው። በዚያው ሳምንት ማብቂያ አብዛኛዎቹ አስቸጋሪዎቹ ልጆች በክርስቶስ አመኑ። ፊኒ የሪቫይቫሉ ቁልፍ የፋዘር ናሺ የክለርክና የሌሎች ማላጆች ተጋድሎ ነው ሲል እውቅና ይሰጣል። ቻርለስ ፊኒ ሰው ሁሉ የመምረጥ ፈቃድና ኃላፊነት አለበት ብሎ የማያምንና በዚህም ላይ የራሱ የአሰባበክ ስልት ያለው ሰው ነበር። ሆኖም መንፈስ ቅዱስን በስብከቱ የሚጠባበቅ አገልጋይ ነበር። እያገለገለ ልክ የእግዚአብሔር መንፈስ ሲከሰት ሰዎች የታረደውን በግ እንዲመለከቱ በማድረግ ለንስሐ ይጠራ።

በፊኒ የሪቫይቫል አገልግሎት ብዙ ሰዎች ወደ ክርስቶስ መንግስት ፈልሰዋል። የሕዝቦች መጥፎ ባህል ተለውጧል። መጠጥ ቤቶችና እስር ቤቶች ተዘግተዋል፤ ቁማርተኞች ነፃ ወጥተዋል፤ ባለ ሱቆች እርሱ ሲያገለግል ሱቆቻቸውን እየዘጉ ሕዝብ ስብሰባው ላይ እንዲገኙ አመቻችተዋል። ቻርለስ ፊኒ በዚህ ታላቅ የአሜሪካ መንፈሳዊ መነቃቃት በተባለው ውስጥ ቀዳሚ ተጠቃሽ ሰው ነው። አገልግሎቱ በወቅቱ በነበረው የባርያ ስርዓት ላይ ከፍተኛ ተጽእኖ አምጥቷል። ዘረኝነትን ጠቅሶ ነጮችና ጥቁር አሜሪካውያን አብረው እንዲያመልኩና እንዲማሩ አድርጓል። እህቶች በአደባባይ እንዲጸልዩና እንዲሰብኩም አበረታትቷል። ከዚህ ጀርባ ግን ቀንና ሌሊት ራሳቸውን መሥዋዕት ያደረጉ ሰዎች ነበሩ። አቅም እስከማይቀርላቸው የሚጋደሉትም ከጨለማው መንግስት ሰዎች እንዲያመልጡና እንዲፀኑም ነበር። ጌታም የጓዳ መቃተታቸውን አክብሮ በአደባባይ መልሶላቸዋል።

ወደ እግዚአብሔር የሚቀርብ ጸሎት

ፋዘር ናሺ ብዙ ጊዜ ታሞና ተዝለፍልፎ ወደ አልጋው እስኪሄድ ድረስ ይማልድ ነበር፡፡ አንዴ ፊኒ ስለ ፋዘር ናሺ ማንነትና በአደባባይ አለመታየቱ በተጠየቀ ጊዜ እርሱ ዝምተኛ ነው እንደ ማንኛውም ጸሎትን እንደሚያዘወትር ሰው ብዙ ማውራትን አይችልም፡፡ እስቲ በጣም ተናጋሪ ሰው አሳየኝ እኔም ምንም ያህል የማይጸልየውን ሰው የዚያን ጊዜ አሳይሃለሁ ሲል ነበር የመለሰለት፡፡ ፋዘር ናሺ ከእግዚአብሔር ከመስማት በቀር የሰውን ዓይንም ሆነ ጆሮን የማይፈልግ ሰው ነበር፡፡ ለጸሎት የሚሆን ጫካና የአዳሪ ትምህርት ቤት አንዱን ክፍል ወይም ትንሽ ጎጆ ካገኘ ሰማያትን ለማስከፈት ማልዶና ሹልክ ብሎ ይገባል፡፡ በመቃተት ተመስጦ ውስጥ ሲገባ ግን ከጸሎቱ ጉልበትንና ከድምጹ የተነሳ ሩቅ ያለው ሰው ሊሰማው ይችላል፡፡ አንዴ እጅግ በማለዳ በእንጨቶች መካከል እየጸለየ ሳለ ለሃይማኖት ግድ የማይሰጠው ሰው በርቀት ከመኖሪያ ቤቱ ሆኖ ይሰማዋል፡፡ ሰውየው ከዚህ በፊት ባልተለማመደው ሁኔታ የሃይማኖትን ተጨባጭነት ይረዳል፡፡ ታዲያ ያ ሰው መጥቶ ጌታን እስኪቀበል እረፍት እንዳጣ መስክሮለታል፡፡ ፋዘር ናሺ የጸሎት መዝገብ እየያዘ ውጤታማ እንዲያደርግ የገባው ሰውም ነበር፡፡ የጸሎቱም ፍሬያማነት ለከመታተል ለምስጋናና ትርጉም ያለው የጸሎት አገልግሎት ለመትከል ከተፈለገ የደረጀ የጸሎት መዝገብ አያያዝ ጠቃሚ መሳሪያ ነው፡፡ ፋዘር ናሺ በአብዛኛው ጌታን ለመቀበል አይደፈሬ የተባሉ ሰዎች ስም ዝርዝር የጸሎት ትኩረቱ ናቸው፡፡

በቀን አንዴ ብቻ አይደለም የሚጸልይላቸው ደጋግሞ ይጸልይላቸዋል፡፡ መልሶቹም ታዓምራታዊ ናቸው፡፡ ፊኒ ሲመሰክርለት ከእርሱ ጋር በመጸለይ በጉባኤዎች ላይ ሲጸልይም በመስማት አስደናቂና ታዓምራታዊ እምነት ያለው ሰው ሆኖ አግኝቼዋለሁ፡፡ በጸሎት ዝርዝሩ ላይ ሰዎችን ሲያሰፍርም የመንፈስ ምሪትን የሚከተልና ውጤታማ ሰው ነው፡፡ አንዴ በሰሜን አሜሪካ ግዛት በነበረን ሪቫይቫል አንዲት አነስተኛ መጠጥ ቤት ያለው በጣም አስቸጋሪና ተቃዋሚዎችን ስብስቦ የሚያውክ ተሳዳቢና አስቸጋሪ ሰው ነበር፡፡ ይህ ጉዳይ ለፋዘር ናሺ ሲደርሰው ወዲያው ስሙን አስፈረው፡፡ ሰውየውንም ሲጸልይ ብቻ አይደለም ሲሄድም ሲተኛም የሚያስበውና የሚቃትትለት ሰው ሆነ፡፡

በአንድ ምሽት ስብሰባችን ድንገት ያ ሰው ተከሰተ፡፡ ሁሉም ሲያየው በፍርሀት ተዋጠ፤ የታወቀ በጥባጭ እንደ መሆኑ አንዳንዶች እየተነሱ ወደ ኋላም ማፈግፈግ ጀመሩ፡፡ የእኔም ዓይን የእርሱን ትኩረት ይከታተል ነበር፡፡ ነገር ግን ሳያስቸግር ቁጭ አለ፡፡ ነገር ግን ተቁነጠነጠና ተነሳ በመንቀጥቀጥም ፊኒ የምትለኝ ነገር አለ? አለኝ አዎን አልሁት፡፡ ወደ ፊት መጥቶ ከዚህ በፊት ሰምቼ በማላውቀው የልብ ስብራት ንስሐ ሲገባ ተደመጠ፡ ፡ ንስሐው የበደለውን አምላክ ክርስቲያኑን ማኅበረሰብ ያወከውን ሪቫይቫልና መላ ሕይወቱን የሚዳስስ ነበር፡፡ ያ ሁኔታ ብዙዎች ለጌታ እጅ እንዲሰጡ አደረገ፡፡ ያ ሰው ከዚያች ምሽት ጀምሮ መጠጦችን ሰባብሮ አስወገደ፤ በጌታ መሆኑንም አወጀ፤ ያ ሪቫይቫል እስኪያልቅ በየምሽቱ መጠጥ ቤቱ የጸሎት ቦታ ሆኖ ተቀየረ፡፡ ፋዘር ናሺ ከሰው ልብ የሌለውን እንዲህ ያለውን ሰው በመንፈስ ምሪት ማልዶ የሚያስጥል ሰው ነው ብሏል፡፡

ፋዘር ናሺ ከሌሎች ጋር ሲጸልይ አንዱ ሺህ፣ ሁለቱ አሥር ሺህ ያሳድዳል በሚለው ያምናል፡፡ ሲጸልይም የሚጸልይበትን ጉዳይ ተረድቶ በትኩረት ስለሚጸልይ ውጤታማ ነው፡፡ በተበታተነ መልኩ በአዕምሮ መዋለል የምንጸልይበት ብዙ ፍሬ እንደማያስገኝ የገባው ሰው ነው፡፡ ፊኒ በተለመደው ሁኔታ በወንጌል ይደረሳሉ የማይባሉ ሰዎች በፋዘር ናሺ መዝገብ ላይ ሰፍረው በትኩረት ከመጸለይ ባሻገር ፊኒንም ሌሎችም እንዲጸልዩላቸው ግድ ሲል ልብ ብሎታል፡፡ በእምነቱ የአንድ ሰው ፍጻሜ ላይ እኛም ኃላፊነት ተሰጥቶናል የሚል አቋም አለው፡፡

ፋዘር ናሺ ጸሎት የሚባል ትልቅ መሣሪያ እጃችን ላይ በሰጠን ጌታ እንዴት እንደተጠቀምንበት አንድ ቀን እንጠየቅበታለን፣ መልስም እንሰጥበታለን ይላል፡፡ ወደ ጌታ ከመሄዱ በፊት ያስቀረልን ንግግሩ እንዲህ የሚል ነው፡- “እኔ አሁን መጸለይ ግዴታዬም ልዩ ዕድልም መሆኑን ተገንዝቤአለሁ፡፡ በእምነት መጸለይ እንዳለብን የሚናገረው ቃል እየገባኝ የመጣውም አሁን ነው፡፡ የሚያግዘንን መንፈሱን በኃይል

እንዲልክ መጸለይ የሁሉም ክርስቲያኖች ተግባር ነው፡፡ እኔ በመንፈስ ተወርሶ እየጸለዩ መሞትን ፈለኩ፡፡ በእርግጥ ሁሉን የሚያውቅ እግዚአብሔር ነው" ብሏል፡፡

ፋዘር ናሺ በዲሴምበር 22 ቀን 1831 ዓ.ም ቅዝቃዜው ከዜሮ ድግሪ በታች በሆነበት በዚሁ ወር በነው ዮርክ ተንበርክኮ በጸሎት እያገለገለ ሳለ በ56 ዓመቱ ወደ ጌታው ክብር ገባ፡፡ ፊኒ የአገልግሎት አጋሩ ወደ ዘላለማዊ ቤቱ መሄዱን አስመልክቶ ሲናገር "ለእኔ የሆነው መልካሙ ሰው ናሺ ነበር፡፡ አ! የጸሎቱን ጉልበት ፈልጌ ልሞት ነው፡፡ ሰውነቴም ደቀቀብኝ፤ ዓለም ሁሉ እኔ ላይ ወድቋልና ለዚህ ሁሉ ሰው ልጸልይለት እንዴት እችላለሁ? እስኪታመም ድረስ ጸልዮ ዝሎና ራሱን ጥሎ ወደ መኝታው የሚወስደውን ሰው አያውቅም ነበር፡፡ እርሱ በሰማይ በጸሎቱ ኃይል የሚታወቅ ውጤቱ በምድር የሚገለጥለት ማንም ከሰማይ እግዚአብሔር እንደተናገረው እስከማይጠረጠር የሚቀበልለት ሰው ነበር፡፡ እርሱም በምን እንደ ሞተ ልንገራችሁ እርሱ ይጸልያል፣ ይጸልያል የዓለምን ካርታ በፊቱ ይኖራል ይጸልያል የተለያዩ አገራት ላይ እጅ ይጭናል ይቃትትላቸዋል፤ እርሱነቱ ከጥቅም ውጭ እስኪሆንበት እያቃሰተ ይጸልያል፡፡ የተባረከ ሰው እርሱ ለመሪዎች፣ ለሥጋዊያን፣ ለማያምኑ ሊቃውንት ተግሳጽ ነበር፡፡ በሰማይ ግን ዘወትር ተወዳጅና ተደማጭ ድል ነሺ የጸሎት ልዑል ነበር ብሎታል፡፡ ከጥቂት ጊዜ በኋላም ቻርለስ ፊኒ ተዘዋውሮ ማገልገሉን አቆመ፡፡

ካትሪን ኩልማን

ካትሪን ኩልማን እግዚአብሔር ረድቷት፣ በአሥራ አራት ዓመት የወጣትነት እድሜዋ አካባቢ ጌታን እንደ ግል አዳኟ አድርጋ የተቀበለች ሲሆን በውስጧ ከነበራት መንፈሳዊ ጥማትና መሻት የተነሳ መንፈስ ቅዱስ በኃይል ስጦታ የተጠቀመባት የእግዚአብሔር መንፈስ ቅዱስ እቃ ነበረች፡፡ በ1960ዎቹ በአሜሪካ በነበረው ሪቫይቫል ተጠቃሽ ከሆኑትና ጌታ በተለይ የጸጋ ኃይል ከተገለጠባቸው አንዷ ሴት ነበረች፡፡ ካትሪን ኩልማ በፈውስ አገልግሎት ለበሽተኞች ከጸለየች በኋላ በዶክተሮች የሚረጋገጥ የፈውስ ኃይል ነበር፡፡ ከሠላሳ ስድስት ዓመት በፊት አሜሪካ እያለሁ በመጽሐፍ ቅዱስ ጥናት ቡድን ውስጥ ስናመልክ በአምልኮና በዝማሬ ላይ እያለን በሐኪም አይችልም የተባለ የመንፈስ ቅዱስ የፈውስ ኃይል የማንም እጅ ሳይነካኝ በላዬ ላይ መጣ ወዲያውኑም ተፈወስኩ፡፡ በሰውነቴ ስለታወቀኝ ወዲያውኑ መሰከርኩ፡፡ በሦስተኛውም ቀን ከዶክተሮች ለማረጋገጥ ሄድሁ፡፡ እነርሱም አንድ ሳይሆን ሦስት እስፔሻሊስቶች አዩኝና ምንም የለብህም አሉኝ፡፡ ክብር ለእግዚአብሔር ይሁን፡፡ እስከ አሁን ምንም የለም፡፡ ከዚያም እግዚአብሔር ፈወሰኝ አልኳቸው፡፡ ሐኪሞቹ ድንቅ፣ ተአምራትና ፈውስ በካትሪን ኩልማን ዘመን ቀርቷል አሉኝ፡፡ እዚህ ላይ የእኔን ታሪክ ለመናገር ሳይሆን የካትሪን ኩልማን አገልግሎት የማያምኑ ሐኪሞችም ይመሰክሩ እንደነበረ ለመግለፅ ብዬ ነው፡፡ ካትሪን ኩልማ እንደ ወጣትነት ዘመኗ ደከማና ዝላም የሁለት ነቢያትንና የወዳጆቿን ታላላቆቿን ምክርም ባለመስማት የተጎዳችበት ዘመንም ነበር፡፡ እርሷም ስትመሰክር እነዚያ ጥቂት ዓመታት ለእኔ ከባዶች ቢሆኑም <ዴድ ኢንድ> ጌታ አሳይቶኝ ላልመለስበትም ሻንጣዬን ብቻ ከጌታ ጋር ይዤ ወጣሁ፡፡ ስድስት ዓመት ያበላሸሁትን ወደ ተሻለው ክብሩ ለመግባት ዘጠኝ ዓመት ወስዶብኛል፡፡ ጌታም የመለኮትን ፈውስ በሕይወቴ እየሠራ እኔ ግን ከአገልግሎት በኋላ ወደ ሐኪም ቤት በልብ ድካም እወሰድ ነበር፡፡ ሐኪሞቹም «የእኛን የልብ በሽታ ያለባቸውን፣ የካንሰርና ኩላሊት በሽታ ያለባቸውን በሽተኞቻችን በአንቺ

ተፈውሰዋል ምነው አንቺ አልተፈወስሽም ይሉኛል» «እኔም ካትሪን ኩልማ ሳትሆን ፈዋሹ ኢየሱስ እንደሆነ እንድታውቁ ጌታ ስለፈለገነው እላቸው ነበር ብላለች፡፡ በዚሁ ምስክርነቷ ሦስት የታወቁ ዶክተሮች ወደ ጌታ መጥተዋል፡፡ ከእርሷም ጋር በመሆን የተፈወሱትን ቼክ ያደርጉና ያረጋግጡ ነበር፡፡

ካትሪን ኩልማ መንፈስ ቅዱስን የቅርብ ወዳጇና አምላኳ ያደረገች ታማኝና ትሁት፣ ለተቸገሩና ለበሽተኞች የምታዝን ጌታ ኢየሱስ እረኛ እንደሌላቸው አይቶ እንዳዘነላቸው በርህራሄ የተሞላች አገልጋይ ነበረች። ይህች እህት ርህሩህ ከመሆኗ የተነሣ ጌታ በመለኮታዊ ኃይል ስለፈወሳቸው ስታመሰግን ሳይፈወሱ ስለቀሩት ግን የምታዝንና የምታለቅስ ነበረች።

ካትሪን ኩልማ በመጨረሻም ለራሷ ሙታ ለጌታ ክብር የኖረችና ከፊተኛው ዘመኗ የኋለኛው ዘመኗ ጌታ መንፈስ ቅዱስ በመለኮታዊ ኃይል ስጦታ ፈውስና ድንቅ ታምራትን በመግለጥ ተጠቅሞባታል። በሰሜን አሜሪካ በ1960ዎቹ የሪቫይቫል እንቅስቃሴና ለቤተ ክርስቲያን መታደስ ከተጠቀመባቸው ባሪያዎች ውስጥ የሚያምኑትም የማያምኑትም የሚጠቅሷት የመንፈስ ቅዱስ ዕቃና መጠቀሚያ ነበረች።

የካትሪን ኩልማን የኋለኛው ሕይወቷ ሞቷም ጭምር እንኳን ሳይቀር በእግዚአብሔር ክብር የተሞላ ነበር። ብርቱ ብርሃን በፊቷ ላይ እየበራ፣ ለሚጸልዩ ወገኖች ተዉ ወደ ጌታ ልሄድ እየጠበቀኝ ነው ፣እያለች ምልክት ሰጥታ ምድርን ለቀቀች። እኛም ወደ ተጠራንበት ክብርና በመንፈስ ቅዱስ ጸሎት እንመለስ።

ሄፍሊን ፋምሊ ጸሎትና ሪቫይቫል (Heflin Family)

(Pentecostal Tabernacle Campground founded in 1955 by Rev. and Mrs. Wallace H. Heflin)

ማዘር ሄፍሊን (እናት ሄፍሊን Edith Heflin) በ1950ዎቹ ውስጥ በሰሜን አሜሪካ በቨርጅኒያ ስቴትስ እኔው ከነበርኩበት የአንድ ሰዓት ተኩል መኪና የሚያስነዳ አሺላንድ የተባለች ትንሽ ከተማ የሚኖሩ ቤተሰቦች ናቸው። ይህ ቤተሰብ አዋርድ ሄፍሊን (Heflin) ባለቤታቸው ማዘር ሄፍሊን ሁለቱ ልጆቻቸው ወንዱ ዋለስ አዋርድ ሄፍሊን (Wallace H. Heflin) ሴቷ ሩት አዋርድ ሄፍሊን የሚባሉ እግዚአብሔር የባረከው ቤተሰብ ናቸው።

የእነዚህ የጸሎት ድንኳንና ትልቅ ካምፕ (old fashion Pentecostal camp) መጀመሪያ ትልቁ አስተዋፅኦ ያደረጉት ማዘር ሄፍሊን እንደ ነበሩ ቤተሰቡ ብቻ ሳይሆን ከደቡብ አሜሪካ፣ ከአውስትራሊያ፣ ከአውሮጳ፣ ከአፍሪቃ እና ከእስያ በዚህ አገልግሎት የተጠቀሙ የሚመሰክሩላቸው እናት ነበሩ። እኔም የዚህ አገልግሎት ተጠቃሚ ከሆኑት አንዱ ነኝ። ብዙውን ዘመኔን ውጭ አገር እንደመኖሬ ከሰላሳ ዓመት በላይ በእሳቸውና በልጆቻቸው አገልግሎት ተጠቅሜአለሁ።

እኚህ እናት ብዙ አይናገሩም። ቤታቸው ሆነ ወደ ካምፕ ሲመጡ እየተመለከም እየተሰበከም እያለ ማዘር ሄፍሊን በጸሎት ላይ ናቸው። ብዙ ጊዜም ወደ ካምፕ አምልኮና ስብከት አይመጡም። በጸሎት ቤታቸው እየጸለዩ ይቆያሉ። በጉባኤው የእግዚአብሔር መገኘት ሙሉ በሙሉ ተጀምሮ እስኪያልቅ ይቀጥላል። አንዳንድ ጊዜ ሰዎች እዚያው ወድቀው የሚያድሩበት ጊዜ አለ። እኔም ይህን በዓይኔ አይቻለሁ።

ወደ እግዚአብሔር የሚቀርብ ጸሎት

ማዘር ሄፍሊን ወደ ጉባኤው በመጡ ቀን እንዲናገሩ ዕድል ሲሰጣቸው ከአፋቸው ትንቢትና የእግዚአብሔር ቃል እንጂ ሌላ ቃላት መናገር አይችሉም ነበር፡፡ ባለቤታቸው ወደ ጌታ ከሄዱ በኋላ ጊዜያቸውን በሙሉ የጸሎት ኣድርገውት የሚኖሩ እናት ነበሩ፡፡ የእኚህ እናት እምነትና ጸሎት በጣም (እርስ በርሳቸው በኃጢአታችሁ ተናዘዙ፣ ትፈወሱ ዘንድ እያንዳንዱ ስለ ሌላው ይጸልይ፣ የጻድቅ ሰው ጸሎት በሥራዋ እጅግ ኃይል ታደርጋለች፡፡ (ያዕቆብ 5፥16) አስደናቂ መልስ እስኪመጣ በእምነት በትዕግሥት በጸሎት ፀንተው የሚጠብቁ ነበሩ፡፡

ወንድ ልጃቸው የጌታን ነገር አልከተልም አልቀበልምም ባለበት ዘመን እግዚአብሔር ይመልስሃል፤ አንተም የቢዝነስ ሰው ሆነህ አትቀርም፤ የጌታ አገልጋይ ትሆናለህ እንጂ ይሉት ነበር፡፡ ይህ ልጃቸው ከሰሜን አሜሪካ ግዛት ሲያትል ወደሚባለው ከተማ ሂዶ የቢዝነስ ስብሰባ በተቀጣጠረው ሆቴል የንግዱ ባልደረባ ሊሆን ካለው ሰው ጋር ተገናኙ፡ ፡ ያኛው ክርስትያን አማኝ ስለ ነበር ነገ ስለ ቢዝነሱ እንነጋገራለን፡፡ ዛሬ እዚህ ከተማ ክሩሴድ የሚያካሂድ አገልጋይ መጥቷል አለው፡፡ እርሱም ይህ ዓይነት መንፈሳዊ ስብሰባማ በቤተሰቤም ሁልጊዜ ያደርጋል አልሄድም አለው፡፡ የቢዝነስ ባልደረባውም ለአሰብነው ቢዝነስ መጀመሪያ እግዚአብሔርን ብናስቀድም መልካም ነው ሲለው እሺ ብሎት አብረው ወደ ክሩሴዱ ሄዱ፡፡ ያች ቀን ማዘር ሄፍሊን ሃያ ዘጠኝ ዓመት የጸለዩበት ጸሎት የሚመለስበት ምሽት ሆነች፡፡ ወለስ አዋርድ ሄፍሊን በዚያች ምሽት ጌታን ተቀበለ፡፡ በዚያች ምሽት መንፈስ ቅዱስን ተሞላ፡፡ በዚያች ምሽት የነብይነት ጸጋን ተቀበለ፡፡ የቢዝነስ ንግግሩም ቀረ፡፡ የጌታን ቢዝነስ ይዞ ተመለሰ፡፡ ወደ ቤተሰቡም ካምፕ መጥቶ አብሮ ጌታ ሕይወቱን ለውጦ ወደ ጌታ እስኪሄድ ድረስ በነብይነት፣ በጽድቅና በተአምራትም የእምነት አገልጋይ በመሆን ብዙ አገሮችም በመሄድ ጌታ ይጠቀምበት ነበር፡፡

እዚህ ላይ የማዘር ሄፍሊን የሃያ ዘጠኝ ዓመት ጸሎት እንዴት የእንቢተኛውን ልጃቸውን ሕይወት እንደለወጠና ጌታም እንደተጠመቀበት የጸሎትን ኃይል እኛም ልናስተውል ይገባል፡፡ የማዘር ሄፍሊን በዚህ ብቻ አያበቃም፡፡ ሴቷ ልጃቸው ሩት አዋርድ ሄፍሊን ዘመኗን ከልጅነት ወደ ጌታ እስከትሄድ ድረስ ጌታ የተጠቀመባት ነብይትና እውነተኛ አምላኪ፣ የጸሎት ሴት ፣የጌታን ምሪት የተከተለች ሚስዮናዊት አገልጋይ ነበረች፡፡ ይህች ታላቅ ሴት ሳታገባ ጌታን ከባል በላይ እያመለከች ወደ ጌታዋና ወደምትወደውና የሚወዳት አምላክ የሄደች ናት፡፡

ሩት ሄፍሊን (Ruth Heflin) በዓለም ዙሪያ ከሰማኒያ አምስት አገሮች በላይ እየተዘዋወረች ያገለገለች እውነተኛ ነቢይት ነበረች፡፡ ይህች እህት ለእኛም ለኢትዮጵያ ለግርማዊ ቀዳማዊ ኃይለ ሥላሴ መልዕክት ተሰጥቷት ነበር፡፡ ኢትዮጵያም ሄዳ ንጉሡም ተቀብለዋት መንግሥታቸውን እንዲያስተካክሉም የተሰጣትንም መልእክት ሳትፈራ ያስተላለፈች ነቢይት ነበረች፡፡ ንጉሡ አገርና ሕዝብ ፈርቷቸው በመንቀጥቀጥ እየተገዛላቸው እርሷ ግን የተሰጣትን መልእክት በፍቅርና በአክብሮት ሳትፈራ ያስተላለፈች በመንፈስ ቅዱስ የምትመራና በአምላኳ የተማመነች ሩት ሄፍሊን ነበረች፡፡ ይህች እህት ሩሲያ እንድትሄድ ጌታ ተናግሯት ፣ የአሜሪካ መንግሥት ከሩሲያ ጋር ጥል ስለሆኑ ስቴትስ ዲፓርትመት ወደ ሩሲያ መሄድ የለብሽም ሲላት የእኔን ሕይወት የሚጠብቅ እግዚአብሔር እንጂ አሜሪካ አይደለም በማለት መለሰችላቸውና ፓስፖርት (ቪዛ) አሳድሳ የእግዚአብሔር መንፈስ እንዳላት ሄደች፡፡ ከአውሮፕላን ጣቢያው ወርዳ ሆቴል ለመያዝ ስትሄድ በተሳፈረችበት አውቶቢስ በልሣን እየጸለየች ስትናገር አንድ እንግሊዘኛ የሚችል የሩሲያ ተወላጅ የእኛን ቋንቋ ነው የምትናገሪው በማለት በእንግሊዘኛ አናገራት፡፡ እርሷም የጌታን ምሪት ይህን ሰው ሊያድነው እንደፈለገ ተናገራት፡፡ እርሷም ስለ ጌታ መሰከረችለትና ጌታን ተቀበለ፡፡ እዚያ የሚኖራትን የአገልግሎት ጊዜም አብሯት በመሆን አገልግሎቷን በተማስተርጎም የሚረዳት ሆነ፡፡

ሩት የመንፈስ ቅዱስን ምሪት የምትከተል የጸሎትና የአምልኮ ሴት ስለ ነበረች የጌታን አብሮነትም የተለማመደች እህት ነበረች፡፡ ይህች የእግዚአብሔር ሴት እስራኤል አገር ሂዳ የጸሎት ቤት እንድትመሠርት ጌታ ተናገራትና መልእክቷን ይዛ ወደ ጠቅላይ ሚንስትሩ ገባችና እግዚአብሔር የጸሎት ቤት እንድከፍት ልኮኛል አለችው፡፡ እርሱም እስራኤል አገር የሌላ እምነት ተከታይ የተከለከለ እንደሆነ አታውቂምን? አላት፡፡ እርሷም ለእስራኤል እንድጸልይ ልኮኛል አለችው፡፡ እርሱም ቦታ እንዲሰጣት አድርጎ ወደ ጌታ እስከትሄድ ድረስ በዓመት ሁለት ጊዜ እስራኤል አገር እየሄደች ትጸልይና ታጸልይ ነበር፡፡

የማዘር ሄፍሊን ቤተሰብ ባለቤታቸውም እርሳቸውም አሁን በጌታ መንግሥት ከሚወዱትና ከሚወዳቸው ዘመናቸውንና ሕይወታቸውን ለሰጡት ጌታ እያመለኩት አብረው ይኖራሉ፡፡ ማዘር ሄፍሊን ጌታን በመንፈሴ አየዋለሁ አሁን እንኳ እናንተ አታዩትም እንጂ ከእኔ ጋር አለ እያሉ ሲናገሩም እሰማቸው ነበር፡፡ እንዲያውም ይህን ብዙ ጊዜ ይናገሩ ስለ ነበር እርሷቸው ገና ከዚህ ምድር እንዳሉ ጌታ ይመጣል በማለት በአገልግሎታቸው አብረው በድንኳኑ ያሉ ይጠባበቁና ያምኑ ነበር፡፡

የማዘር ሄፍሊን ካምፕ ውስጥ ለመሰብሰብ ለመካፈልና እንዲሁም ለማደር፣ ለመዋልና ለመሰንበት የሚፈልግ ሁሉ በነፃ በቀን ሁለት ጊዜ እየተመገበ መቀመጥ ይችላል፡፡ ለሚያድርበት ለሚመገብበት አያስከፍሉም፡፡ ጌታ በነፃ ተቀበላችሁ በነፃ ስጡ ብሏል የሚል እምነት ያላቸው ቤተሰቦች ናቸው፡፡ ታዲያ ከዓለም ዙሪያ የሚመጡትን ወንጌላውያን፣ ፓስተሮችና ነቢያት በነፃ ለማስተናገድ እንዴት ቻሉ? የሚለው ጥያቄ እንቆቅልሽ ነው፡፡ እነዚህ ቤተሰቦች የሚኖሩት ለዕለቱ የሚያስፈልገንን ጌታ ያዘጋጃል በማለት የሚኖሩ ነበሩ፡፡ ማታ ማታ በሚደረገው ስብሰባም ስጦታን ይጠይቃሉ፡፡ እግዚአብሔርም አካባቢውን ሁሉ ያስገዛላቸውና እንዲሰጡም ሀብታም አማኞችም ለዚህ ድንኳን አገልግሎት ገንዘብ በመላክ ምግብ በጭነት መኪና በመላክ ያገለግሏቸው ነበር፡
፡

ይህ ድንኳን ብዙ ሺህ ካሬ ሜትር ያለው ግቢ ነው፡፡ እዚህ ካምፕ የሚያገለግሉ ሁሉ የሚቆረጥላቸው ደመወዝ የለም፡፡ እስከ ዛሬም እንዲሁ እንደቀጠለ አለ፡፡ እኚህ እናት ማዘር ሄፍሊን ለልጆቻቸውና አብረው ለሚያገለግሉት ቃል ኪዳን ያስገቧቸው እንዲሁ በነፃ እንዲቀጥልና የሚያገለግሉትም በነፃ ጌታን ለሚያስፈልጋቸው እየታመኑት እንዲኖሩ አዟቸዋልና ነው፡፡

የሄፍሊን ቤተሰብ ሁለት ልጆቻቸውም ሳያገቡና ሳይወለዱ ጌታን አገልግለው ያለፉ ሲሆን አሁን አገልግሎቱን ተረክበው እያስቀጠሉት ያሉት ጌታና እነርሱ ደቀ መዝሙር አድርገው ያሳደጓቸው ናቸው፡፡ ይህ ድንኳን የማዘር ሄፍሊን እንባና ጸሎት ለብዙ ዓመታት የፈሰሰበት ስለሆነ እስካሁንም በመካሄድ ላይ ይገኛል፡፡ መቼም የሪቫይቫል ነገር የመታደስ ጉዳይ ከጸሎትና እግዚአብሔርን ከመራብ ጋር የሚመጣ ስለሆነ እኔም አሁንም አልፎ አልፎ በጌታ ፊት ለማሳለፍ ስሄድ አያለሁና ያ የሚያስፈራ ሁለተናችንን ሲወርስ የነበረው መገኘቱ እንደድሮው አይደለም፡፡ እንደ ማዘር ሄፍሊን ቀንና ሌሊት የሚያነባና የሚጸልይ ያስፈልጋል እንጂ ጌታ ዛሬም እጁና ክንዱ አላጠረችም፡፡

ብላቴናው ኢቫን ሮበርት ዌልስ (Wales)

በእንግሊዝ አገር ዌልስ ውስጥ ኢቫንና እህት ወንድሞቹን ጌታ ያስነሳው ገና ከልጅነታቸው ነበር፡፡ ወላጆቻቸው ከእግዚአብሔር ጋር ሕብረት ማድረግን ያስተምሯቸው ነበር፡፡ በእነርሱ ቤት ትንሽ ልጅ እንኳን የራሱ መጽሐፍ ቅዱስ አለው፡፡ አንድ ቀን አባቱ በከሰል ማዕድን ሲሠራ ጉዳት ደረሰበትና እርሱን ይዞ ወደ ሥራው ሄደ፡ ፡ ከትምህርት ቤት ያቋረጠው ኢቫን አላጉረመረመም፡፡ አባቱን ተከትሎ መሥራት ጀመረ፡፡ ወላጆቹ እንዳስተማሩትም ጥቅስን በቃሉ ያጠናል፡፡ መጽሐፍ ቅዱስም ከእጁ የማይለየው መታወቂያው ነበር፡፡

ኢቫን በ13 ዓመቱ ጌታን በተለየ ሁኔታ ያገኛል፡፡ ቤተ ክርስቲያን ሲሄድ ጩኸቱ እኔ ለኢየሱስ ምን አደረኩለት? የሚል ነበር፡፡ ከዕድሜ እኩዮቹ እየተለየም ለቃሉና ለጸሎት ራሱን ይሰጥ ነበር፡፡ ቤተ ክርስቲያንም እየሄደም ከትላልቆች ጋር በቃሉ ዙሪያ ውይይት ያደርግ ነበር፡፡ አንዳንዴ ቃሉን እያጠና ራቱንም መብላት ይረሳ ነበር፡፡ ከጓደኛው ጋር እስከ እኩለ ሌሊት እየተወያዩም ሪቫይቫል በዌልስ እንዲመጣ ይማልዱ ነበር፡፡ ሌሊት እየተነሳም መለኮታዊ ሕብረት በሚለው ጸሎቱ ለአራት ሰዓት በጌታ ፊት ያሳልፍ ነበር፡፡ ጩኸቱም እየበረታም ሲሄድ እኔን ዝቅ አድርገኝ ይል ጀመረ፡፡ እንዲሁም ያለ መንፈስ ቅዱስ ምንም ማድረግ አንችልምና መንፈስ ቅዱስ ሆይ ና ! ሲል ይቃትት ነበር፡፡ በዚህ ወጣት መቃተትም የተነሳ የዌልስ ሪቫይቫል መለያ ርዕስ ተወለደ፡፡ ቤተ ክርስቲያንን ዝቅ አድርግ ዓለምንም አድን የሚል የከተማዋ ጩኸት ሆነ፡፡ በሥፍራው ለዚህ ጥማት የሚያምጡ አያሌ ሕዝቦች ተነሡ፡፡ ይህም ብላቴና በሚገኝበት አነስተኛ የጸሎት ሕብረት ውስጥ መንፈስህን ላክልን እያሉ ይጮኹ ነበር፡፡ ኢቫን በግሉም ለረጅም ሰዓት ቃሉን በማንበብ፣ በመጸለይና በዝማሬ አምልኮ ያሳልፍ ነበር፡፡

የተጠሙት መንፈስ ቅዱስ አልቀረም መጣ፡፡ ይህን ብላቴና በድንቅ ተጠቀመበት፡፡ ያችንም ምድር የጌታ መንፈስ ተቆጣጠራት፡፡ በተለይም እ.ኤ.አ 1904-1905 ዓ.ም የፖለቲካ ስብሰባዎች እየተሰረዙ እስከሚታጠፉ፣ ሴተኛ አዳሪዎች ለጌታ ተማርከውለት ለቃሉ ጥናት ቤታቸውን እስኪሰጡ፣ ቲያትር ቤት፣ ፊልም ቤት፣ መጠጥ ቤቶች እስኪዘጉ ድረስ፤ እግር ኳስ ተጫዋቾች፣ ተመልካች አጥተው ውድድሮች እስከሚቋረጡ ድረስ ሪቫይቫሉ ቀጠለ፡፡ በአንደበታቸው በመራገም የታወቁ የከሰል ማዕድን ቆፋሪዎች ተለውጠው እንስሶቻቸውንም አዳዲስ ቃላት ለማስለመድ እስኪገደዱ (በፊት ነበር) የህብረተሰቡ ክፉ ባሕል እስኪቀየር ድረስ፤ በቤተ እምነቶች መካከል ልዩነት ጠፍቶ መድረክ እየተለዋወጡ በፍቅር እስኪያገለግሉ፣ አንድነት ነግሦባቸው በሰዎች ተጥለቅልቀው መጽሐፍ ቅዱስ በየመደብሩ ፈጥኖ እስኪያልቅ ሆኖ መንፈሳዊ መነቃቃቱ ዌልስን ወርሶ ነበር፡፡ ከዚያ በፊት እንደ ባሕሉ ያልተፈቀደላቸው ሴቶች በሪቫይቫሉ ውስጥ በተሰጣቸው ፀጋ ሁሉ በአደባባይ በሚገባ ማገልገልን እስኪችሉ ነፃ ሆኑ፡፡ ዌልሶች በባህላቸው ሙዚቃ በጣም ይወዱ ስለ ነበር ሰባኪ እንኳን ሳይኖር ተሰብስበው ደስታቸውን በዝማሬ እየገለጡ ባሉበት ጊዜ የእግዚአብሔር መገኘት ስብሰባዎቻቸውን ያጥለቀልቅ ነበር፡፡ በተለያየም ሀገር የሚኖሩ የቤተ ክርስቲያን መሪዎች ያነበቡትንና የሰሙትን ሪቫይቫል ለማየት የበረከቱም ተካፋይ ለመሆን ከዓለም ዙሪያ ይታደሙ ነበር፡ ፡ በዚህ የእግዚአብሔር ጉብኝት ከአሜሪካ እስከ ቻይና፣ ከኖርዌይ እስከ ደቡብ አፍሪካ ብዙ አገሮችን ነክቷል፡፡ ንስሐንና ዓለማዊነትን መካድ፣ ያለ ሰባኪም በአደባባይ ላይ እንኳን ኢየሱስን ጌታዬ ብሎ መቀበል ዓይነተኛ የሪቫይቫሉ መገለጫዎች ነበሩ፡፡ ኢቫን በገባበት ቦታ ሁሉ የጌታ መገኘት ጉባኤውን ያጥለቀልቅ ነበር፡፡ ሰዎች ይፈወሳሉ፣ ነፍሳት ይማረካሉ፣ ከተለያየ እስራትም ነፃ ይወጣሉ፡፡

የኢቫን የሚያሳዝነው ግን ለዚህ ሰማያዊ በረከት የተጠቀመበት ኢቫን ሮበርት ሪቫይቫሉ በጥቂት ዓመታት እንዲዳፈን አስተዋፅኦም ያደረገም ወጣት ነበር፡፡ ለዚህም ምክንያት የተደረገው ያለ ዕረፍት የሆነ አገልግሎት ሩጫና ድካም አካላዊና መንፈሳዊ ጤንነቱን

አናጋበት፡፡ ለሥጋችን ዕረፍትን የደነገገ እግዚአብሔር ነው፡፡ ኢቫን ግን በብዙ ይሮጥ ነበር፡፡ ዕረፍት ውሰድ ብለው የሚመክሩትን ወዳጆቹን ይገስጽ ነበር፡፡ አዕምሮው ላይ ከሚሰማው የተለያየ ድምጽ የተነሳም ግራ ይገባው ጀመረ፡፡ የሚያስተላልፈውም መልዕክት ግራ የሚያጋባ እየሆነ መጣ፡፡ ራሱንም ያለ ልክ መንፈሳዊ በማድረግም በትንሽ በትልቁም ጉባዔ ላይ ጣቱን የሚቀስር ወይም አላገለግልም በማለት ጥሎ የሚሄድ ሆነ፡፡ ከዚህም የተነሳ የዌልስ ሕዝብ እግዚአብሔርን ከመራብ ወደ ትችትና ዘለፋ ተለወጠ፡፡ ኢቫን ራሱን ከሕዝብ እያገለለ የገዛ ወላጆቹንም እንኳን እንዳይቀርቡት ከልክሎ ለረጅም ጊዜ አሳለፈ፡፡ በስተመጨረሻ ወደ ቤተሰቦቹ ቢመለስም ወገኖቹን ለማገልገል ቢሞክርም እንደቀድሞው መሆን ሳይችል ሕይወቱ አለፈ፡፡

ለሪቫይቫል ስንጸልይ ለእግዚአብሔር ክብር ይሁን

እግዚአብሔር አምላክ የፈጠረው ሁሉ ለክብሩ እንደሆነ ማወቅና መረዳት ይኖርብናል፡፡ ለእግዚአብሔርም ክብር፣ ምስጋና፣ አምልኮ፣ ውዳሴና አድናቆት ይሆን ዘንድ ነው፡፡

ስለዚህ የእግዚአብሔር መገኘት በጸሎት የሚጠባበቁ ሁሉ እግዚአብሔር መታደስንና ሪቫይቫል ሲልክ ስጦታው ላይ ሳይሆን ሰጭው ላይ ልናተኩርና ክብር ልንሰጥ ይገባል፡፡

የእግዚአብሔር ቃል እንዲህ ይላል:- ስለ እኔ፥ ስለ ራሴ አደርገዋለሁ ስሜ ተነቅፎአልና፤ ክብሬንም ለሌላ አልሰጥም። (ኢሳ. 48:11) እንዲሁም እኔ እግዚአብሔር ነኝ፤ ስሜ ይህ ነው፤ ክብሬን ለሌላ፥ ምስጋናዬንም ለተቀረጹ ምስሎች አልሰጥም። (ኢሳ. 42:8) ክብር በምድራችን ያድር ዘንድ ማዳኑ ለሚፈሩት ቅርብ ነው፡፡ (መዝሙረ ዳዊት 85:9)

መጽሐፍ ቅዱስ እግዚአብሔር በብዙ ሥፍራና ዘመናት እንደተገለጠ ይናገራል፡፡ ክብሩም በተገለጠባቸው ቦታዎች ሁሉ እርሱን ማክበርና መፍራት ይወድቅባቸው ነበር፡፡

ሙሴም ወደ እግዚአብሔር ተራራ እግዚአብሔርን ሲራብና ሲጠማ ክብሩን አየ፡፡ (ዘጸአት 24:15-18) እግዚአብሔር በብዙ ቦታዎች እንደተገለጠለት የሚከተሉትን ጥቅሶች እንመለከት፡፡ (ዘሌዋ 20:6፤ 2ዜና መዋዕል ካልዕ 7:1፤ ኢሳ. 6:3፤ ሕዝ. 43:5) ይህ የእግዚአብሔር ክብር የሚገለጥላቸው ክብርና አምልኮ ለእርሱ ብቻ እንደሆነ እንዲያውቁ ነው፡፡

ይህ እግዚአብሔር ክብር በብሉይ ኪዳን በአንዳንድ ቦታዎችና ግለሰቦች ይገለጥ እንደ ነበር ከላይ በጥቂቱ በእግዚአብሔር ቃል የተመለከትነው፡፡

እንግዲህ የብሉይ ኪዳን የእግዚአብሔር ክብር በድንኳንም በተራራውም በቤተ መቅደስም በግለሰቦችም ላይ በመረጠው ሕዝብም ላይ የታየና የተገለጠ ሲሆን በአዲስ ኪዳን ደግሞ ይህ የክብር ጌታ <ክርስቶስ>እንደሆነ ቃሉ በብዙ ቦታ ይነግረናል፡፡

አሁን ግን በሕግና በነቢያት የተመሰከረለት የእግዚአብሔር ጽድቅ ያለ ሕግ ተገልጦአል፥ እርሱም፥ ለሚያምኑ ሁሉ የሆነ፥ በኢየሱስ ክርስቶስ በማመን የሚገኘው የእግዚአብሔር ጽድቅ ነው፤ ልዩነት የለምና፤ ሁሉ ኃጢአትን ሠርተዋልና የእግዚአብሔርም ክብር ጎድሎአቸዋል፤ በኢየሱስ ክርስቶስም በሆነው ቤዛነት በኩል እንዲያው በጸጋው ይጸድቃሉ። (ሮሜ 3:21-24)

አሁን የአዲስ ኪዳን ክብር የሆነው በኢየሱስ ክርስቶስ በማመን ንስሐ ገብተው በደሙ ለታጠቡት ሁሉ የክብር ተስፋ የሆነው ክርስቶስ ኢየሱስ በውስጣቸው ይኖራል፡፡ (ሮሜ 3:21-22፤ ቆላስይስ 1:27) ለዚህም ዮሐንስ ሲመሰክር ለተቀበሉት ሁሉ በስሙ ለሚያምኑት የልጅነትን ሥልጣን እንደተቀበሉና ክብሩንም እንዳዩ ይነግረናል፡፡ (ዮሐንስ ወንጌል 1:12፤ 1:14)

እዚህ ላይ አሁን የእግዚአብሔር ክብር ማደሪያዎች እኛ እንጂ እንደ ብሉይ ኪዳን በውጭ የሚታየው ሥርአት ሳይሆን የእግዚአብሔር ክብር የሆነው ጌታ በእኛ ውስጥ በማደሩ በዕውቀት ክብሩን ለእርሱ በማምጣትና በመስጠት ማሳየት መቻል አለብን፡፡

የእግዚአብሔር ቃል፣ ሁሉን ለእግዚአብሔር ክብር ማድረግ እንዳለብን ይመክረናል፡፡ (1ኛ ቆሮንቶስ 10:30) ስለዚህ የእግዚአብሔር ክብሩ እንዲታይ የምንጸልይ ከሆነ ክብር ለሚገባው ክብር መስጠት ይኖርብናል፡፡ እግዚአብሔር በልዩ መገኘቱ የሚገልጠው በግለሰቦች፣ በትንሽ ቡድኖች፣ በቤተሰብ፣ በቤተ ክርስቲያን አገልጋዮች የተለየ ክብርና ሙገሳን እንዲቀበሉበት ሳይሆን፣ የክብር ጌታና ንጉሥ የሆነው ኢየሱስ ክርስቶስን ለማክበርና ለማላቅ ወይም ከፍ ለማድረግ እንደሆነ አንርሳ፡፡

ወደ እግዚአብሔር የሚቀርብ ጸሎት

የእግዚአብሔር ክብር የሆነው ጌታ ኢየሱስ ክርስቶስ ያላረካት ነፍስና ሕይወት በእግዚአብሔር ስምና ክብር ለግል ጥቅምና እርካታ አገኛለሁ ብላ ማሰብ የአስቆሮቱን ይሁዳን ማየት በቂ መረጃ ሊሆንልን ይገባል እላለሁ። ምክንያቱም አንዳንዶች በጌታ ስም ዛሬም ለግል ጥቅምና ዝና ሲሯሯጡ የሚታዩ ጥቂቶች አይደሉም። የሚሰጠው ጸጋው ሁሉ እርሱ ይከብርበት ዘንድ ነውና።

ጸሎት የሚያመጣው የሪቫይቫል ምልክቶች

ይህን ርዕስ እንድጠቅስ ከረዳኝና ካነሳሳኝ ዋናው ወንድማችን ጸጋአብ በቀለ ስለ ሪቫይቫል የጻፈውን መጽሐፍ ሳነብ ነው፡፡ ወንድማችን ጸጋአብ በቀለንና ቤተሰቡን በዚሁ አጋጣሚ እግዚአብሔር ይባርካቸው ለማለት እወዳለሁ፡፡ እኔ ለብዙ ዓመታት በውጭ ሀገር እንደ መኖሬ በጥቂቱም ቢሆን መጽሐፎችን ለማንበብና ብዙ የሪቫይቫል ስብሰባዎችንም ለመካፈል ችያለሁ፡፡ በዚህ በሰሜን አሜሪካ ጸጋአብ በቀለ የሚጽፋቸው መጽሐፎች ቤስት ሴለር ከሚባሉት ካታጎሪዎች በላይ ናቸው ለማለት ያስደፍረኛል፡፡

እግዚአብሔር በሰሜን አሜሪካ ማክስ ሌኬት መጋቢነቱን አስረክቦ መጽሐፍ እንድደርስ ነው የጠራኝ ብሎ አካሉን እየጠቀመን እንዳለ ጸጋአብ በቀለም ለምድራችንና በዓለም ዙሪያ ለተበተኑ ቅዱሳን አብያተ-ክርስቲያናት እንዲሁም መሪዎች ሁሉ ይህን ወንድም የአብያተ ክርስቲያናት ስጦታ አድርገን ልንቀበለው ይገባል፡፡ እኔ ራሴ ሁሉም መጽሐፎቹን አስመጥቼ አንብቤቻቸዋለሁ፡፡ ሁሉም በጥራትና በሥነ-መለኮት እንደ ቃሉ ሲታይም የሚያስመሰግን ጥንቃቄን የተሞላባቸው እንደሆኑ ለማየት ችያለሁ፡፡ ጌታ እርሱንና ቤተሰቡን ይባርክ፡፡

አንደኛ፡- ጸሎት እንጸልይ ዘንድ አስተማረን (ሉቃስ 11:1)

ጸሎትንና ሪቫይቫልን ለያይቶ ማየት አይታሰብም፡፡ በአገልግሎታቸው እጅግ የተሳካላቸው መጋቢ ሆነው ባገለገሉባቸው አብያተ ክርስቲያናት ሁሉ ልዩ ሪቫይቫል ያዩ ሳይድሎው በከስተር የተባሉ እንግሊዛዊ ሰባኪ በ85 ዓመት ዕድሜያቸው ሲናገሩ በ60 ዓመት አገልግሎት ዘመኔ በመጋቢነት ሦስት ቤተ ክርስቲያናት አገልግያለሁ፡፡ በሁሉም ታላላቅ ሪቫይቫል አይተናል፡፡ በሦስቱም ቤተ ክርስቲያናት በነበረንበት ጊዜ ሪቫይቫል አንዱም የስብከቴ ውጤት አልነበረም፡፡ በሦስቱም ቤተ ክርስቲያናት አባላት በአንድነት ሪቫይቫል እስከናይ ድረስ በማለት በኪዳን በእግዚአብሔር ፊት በጸሎት የመውደቅ

ውጤት ነበር ብለዋል፡፡ በዓለም ላይ የትም ሀገር ብንሄድ ከአስደናቂና እውነተኛ የቤተ ክርስቲያን ዕድገትና መንፈሳዊ እንቅስቃሴ ጀርባ ያለው ጸሎት ነው፡፡ ደቀመዛሙርቱም ኢየሱስን እንዴትም መስበክና ማስተማር እንዳለባቸው አልጠየቁትም፡፡ ነገር ግን እንዴት መጸለይ እንዳለባቸው ነበር የጠየቁት፡፡ ጸሎት አማራጭ የለውም፡፡ የጸሎት አስፈላጊነት በብሉይ ኪዳን 77 ጊዜ፤ በአዲስ ኪዳን 94 ጊዜ ተጠቅሷል፡፡

ሐዋርያት ከዚህ በኋላ በየጸሎቱም ይተጉ ነበር፡፡ (ሐዋ. 2፡42) ጸሎት የአገልግሎታቸው እና የሕይወታቸው አካልና ምሰሶ መሆኑን መስክረዋል፡፡ (ሐዋ 6፡4) የጸሎትን ኃይልና ጉልበት የተረዳው ሐዋርያው ጳውሎስ "ሁል ጊዜ ደስ ይበላችሁ፤ ሳታቋርጡ ጸልዩ፤ በማናቸውም ሁኔታ አመስግኑ፤ የእግዚአብሔር ፈቃድ በክርስቶስ ኢየሱስ ለእናንተ ይህ ነውና።" (1ኛ ተሰ. 5:16-18) ብሎ የሚያዝዘው ለዚህ ነው፡፡ እንዲሁም ጸሎት ከመጋደል ጋር ይመስለዋል፡፡ (ቆላ. 4:12)

እ.ኤ.አ በ1948 በአርጀንቲና ትልቅ የሪቫይቫል እሳት እንዴት መቀጣጠል እንደ ጀመረ መጋቢ ኤድዋርድ ሚለር እንዲህ ይተርከዋል፡- "ብቻዬን ለወራት ለሪቫይቫል ጸሎት እየጸለይኩ አድር ነበር፡፡ ከዚያም 8 አባላት ብቻ የነበረውን የቤተ ክርስቲያኔ ሰዎች በየዕለቱ ከምሽቱ ሁለት ሰዓት እስከ እኩለ ሌሊት ድረስ በኪዳን ተስማምተን መጸለይ ጀመርን፡፡ ታዝዘን በውሳኔ መጸለይ በጀመርን በአራተኛው ምሽት ላይ ልዩ የመንፈስ ቅዱስ እሳት ወረደብን፡፡ ቤተ ክርስቲያኒቱ በእግዚአብሔር ሐልዎት ተሞላች፡፡ ለቅሶ፣ እውነተኛ የኃጢአት ንስሃና ኑዛዜ በብርቱ የጸሎት መንፈስ ተሞላን፡፡ ቅዳሜ ወደ ከተማው ወጥተን በመንፈስ ቅዱስ ኃይል መመስከር ጀመርን፡፡ አንዲት ወጣት ሴት ልጅ በመንገድ ላይ ሁለት ዶክተሮች አብረው ሲሄዱ በዚህ ልዩ መንፈስ ተሞልታ እያለቀሰች ስለ ጌታ መናገር ስትጀምር እያሾፉባት መስማት ጀመሩ፡፡ ወዲያው በመንገድ ላይ የእግዚአብሔር ፍርሃት ስለ ወደቀባቸው ሕዝብ እያየ ተንበርክከው ጌታን ተቀብለዋል፡፡ ሁለት የቤተ ክርስቲያናችን አባላት ለአምስት ዓመታት ሽባ ሆነው በአልጋ ላይ የነበሩ

ወደ እግዚአብሔር የሚቀርብ ጸሎት

የአንዷት ጓደኛቸው እናት ሲጸልዩላቸው ወዲያው ተፈውሰው ከእነርሱ ጋር በታላቅ ደስታ እግዚአብሔርን አመሰግነዋል፡፡ ያ እሳት አርጀንቲናን ሁሉ አጥለቅልቆ ሚሊዮችን ማርኮ የእግዚአብሔር መንግስት በምድር በኃይልና በፍጥነት፤ በጽድቅና በተአምራት እያጀበ አስፍቷል፡፡”

በየትኛውም ዓለም ማናቸውም ሰዎች መፍትሄን በፖለቲካ፣ በኢኮኖሚ፣ በቴክኒዮሎጂ፣ በጦር መሳሪያ ሊያመጡና ሊሰጡ አይችሉም፡፡ የሰው ሁሉ ችግር ከውድቀት በኋላ ኃጢአት የሚባል ከፉና ገዳይ ነገር ነው፡፡ ይህም ኃጢአት ድል የተነሣው በጌታችን በኢየሱስ ክርስቶስ ብቻ ነው፡፡ ይህ የድል ሥልጣንም የተሰጣት ቤተ ክርስቲያን ናት፡፡ (ማቴ. 16:16-18) ይህን ኃይልና ሥልጣን የተሰጣት ቤተ ክርስቲያን በጸሎት ኃይል፣ ቃሉንና ስሙን በመያዝ ማውጣት አለባት፡፡ እኛ አማኞች የሆንን ሁሉ የምልጃን ጸሎት በእግዚአብሔር ፊት ይዘን የምንወድቅ መሆን ይኖርብናል፡፡ የሰዎች፣ የመንግሥታት ችግር ለሰው ልጆች መፍትሄ በአምላካችን በእግዚአብሔር እጅ እንደሆነ ማመንና ማወቅ ይኖርብናል፡፡

ሁለተኛ፡- እግዚአብሔርን መራብ (መዝ. 27:8)

የእግዚአብሔር ቃል እኔን ፈልጉ በሕይወት ትኖራላችሁ ይላል፡፡ (አሞጽ 5:4) ንጉሥ ዳዊትም ልቡ የሚፈልገውና የሚጠማው የእግዚአብሔርን አብሮነት እንጂ ቤተ መንግሥቱን አልነበረም፡፡ (መዝ. 63:1-5) ባለፉትም ሁለት ሺህ ዓመታት ሪቫይቫል የተካሄደባቸው ቦታዎችና ግለሰቦች እግዚአብሔር ራሱን ከመፈለግና ከመራብ እንደ ነበር ብዙ ምስክሮችና ታሪክ መረጃዎች ይነግሩናል፡፡ ወደዌልስ ሪቫይቫል ሰዎች ከዓለም ጥግ ወደ እዚያ የሚጎርፉት እግዚአብሔርን ለመፈለግ እንጂ አንድን ኮከብ የሚያደርግ አገልጋይ ለማየት አልነበረም፡፡ እግዚአብሔር በዚያ ሪቫይቫል የተጠቀመበት ኢቫን ሮበርት በጉባኤው መኖር ያለመኖሩ የማንም ጥያቄ አልነበረም፡፡ ሮበርት አንዳንዴ

የሰዎች ትኩረት ላለመሳብ እጀግ በመጠንቀቅ ቀስ ብሎ በመግባት ለሰዓታት አንዳንዴም ለሙሉ ቀን በሐልዎቱ ውስጥ ሆኖ ዝም ብሎ በጉባኤው መካከል ይቀመጥ ነበር፡፡ አንዳንዴ ለአስር ደቂቃ ብቻ፤ ሌላ ጊዜ ደግሞ ለረጅም ሰዓታት ይጸልይና ይሰብክ ነበር፡፡ እርሱ ቢሰብክም ባይሰብክም፤ ቢቆምም ባይቆምም፤ ቢኖርም ባይኖርም በዚያ ሥፍራ ከበድ ያለ የእግዚአብሔር መንፈስ ቅዱስ መገኘት ስላለ ሁሉም ወድቀው ያለቅሳሉ፡፡ ማንም ስለ ተገለጠው ጌታ እንጂ ስለሌላ ሰው መጠየቅ የሚችልበት ሁኔታ አልነበረም፡፡ ኢቫን ሮበርት ብዙውን ጊዜ ሰዎች ትኩረታቸው በእርሱ ላይ እንዳደረጉ በመንፈሱ ሲረዳ ራሱን ከጉባኤው ያገልል ነበር፡፡ ከዓለም ዙሪያ ጋዜጠኞች ሊያነጋግሩት ሲመጡ ለቃለ መጠይቅ ዝግጁ አልነበረም፡፡ ከቤተሰቡ ውጭ ማንም እርሱን ፎቶ እንዳያነሳው ይከለክል ነበር፡፡ ይህን ማድረግ የእግዚአብሔርን ክብር መቀማት አድርጎ ስለሚቆጥርና የዚህ ሪቫይቫል ምንጭ እርሱ እንዳልሆነ ነገር ግን ከእግዚአብሔር ብቻ እንደሆነ ለማሳየትና ሰዎች እግዚአብሔርን ብቻ እንዲፈልጉ ለማመልከት ነው፡፡ ከተለያየ ዓለም ክፍሎች የመጡ በዘመኑ ታዋቂና ተጽእኖ ፈጣሪ ከነበሩ አገልጋዮች መካከል ጄኔራል ዊሊያም፣ ቦአዝ ጊብስ ሮድነስምዝ፣ ኤፍ ቢ ሜይር፣ ጂ ካንፐቤል ሞርጋንና ሌሎችም በዚያ ሥፍራ ተገኝተው በልዩ የእግዚአብሔር መገኘት ውስጥ ሆነው ጌታን በብዙ መባረክ አምልከዋል፡፡ መላው የዌልስ ከተማ ሕዝብ ያለ አንዳች ማስታወቂያና አስተባባሪ በነቂስ ወጥተው በአውራ ጎዳናዎች ላይ በሰልፍ ክብርና ምሥጋናን አምልኮን ለታረደው በግ እያሉ ይዘምሩ ነበር፡፡ (ራእይ 5:11-14) የጌታም መገኘት ለዓመታት ብቻ ሳይሆን በከተማው ላላመኑትም ሁሉ በገሃድ የሚታይ ነበር ብለዋል፡፡ ሪክ ጆይነር የዌልስን ሪቫይቫል በተረከው መጽሐፉ ውስጥ እንደገለጸው፤ በአሁኑ ዘመን ያለን እማኞችስ የምንራበው ማንን ይሆን?

የሚጸልዩ ሰዎች ሁሉ ፣ አገልጋዮቹ የሆንን ሁሉ የትኩረታችን ማዕከል መሆን ያለበት እግዚአብሔር በልዩ ክብርና ሙላት ከመገኘቱ የተነሣ የሰዎች ሁሉ ልብ በፊቱ መቅለጥ፣ አምልኮና ክብር ለእርሱ መሆንና የሰዎች ሕይወት መለወጥ ነው፡፡ ንጉሥ ዳዊትም

“እግዚአብሔርንና ብርታቱን ፈልጉ፤ ፊቱንም ዘወትር ፈልጉ” (መዝ. 105:4) “ወደ እግዚአብሔር ወደ ኃይሉ ተመልከቱ፤ ዘወትር ፊቱን ፈልጉ” (1ኛ ዜና መዋዕል 16:11) “አምላካችሁን እግዚአብሔር በፍጹም ልባችሁና በፍጹም ነፍሳችሁ ብትፈልጉት ታገኙታላችሁ።” (ዘዳግም 4:29) እንዲሁም እግዚአብሔር ሕዝብ እርሱ ሲፈልግ እርሱ ጋር ቃል ኪዳን ሲገባ የሚሆነውን እንዲህ ይላል “የአባቶቻቸውንም አምላክ እግዚአብሔርን በፍጹም ልባቸውና በፍጹም ነፍሳቸው ይሹ ዘንድ ቃል ኪዳን አደረጉ። - - - ይህንንም በታላቅ ድምፅ፣ በእልልታ፣ በእምቢልታና በመለከት ድምፅ ለእግዚአብሔር ማሉ። በፍጹም ልባቸው ስለማሉም የይሁዳ ሕዝብ በመሐላው ደስ ተሰኙ። እግዚአብሔርን ከልብ ፈለጉት፤ እርሱም ተገኘላቸው፤ ስለዚህ እግዚአብሔር በሁሉም አቅጣጫ ዕረፍት ሰጣቸው።” (2ኛ ዜና 15:12-15) እኛ እግዚአብሔርን በልብና በነፍሳችን ስንፈልግና ስንራብ እርካታና በእርሱ ላይ ማረፍና መደሰት ይሆንልናል፡፡ (ሉቃስ 2:10-11) በእስር ቤት ዝማሬናን ደስታን የሰጣቸው የሞራል ኃይል ሳይሆን መንፈሱና ጌታ ኢየሱስ እነርሱ ጋር ስለ ነበር ነው፡፡ (ፊል. 4:4፤ ሐዋ. 16:25-26) ይህ ደስታና ዕረፍት ዛሬም ስጦታውን ሳይሆን ሰጪውን አምላክና ጌታ እግዚአብሔር ለሚፈልጉት ሁሉ ይሰጣቸዋል፡፡

ጌታ ኢየሱስ እንዲህ በማለትም አዟል “ከሁሉ አስቀድማችሁ ግን የእግዚአብሔርን መንግሥትና ጽድቁን ፈልጉ፤ እነዚህ ሁሉ ይጨመሩላችኋል።” (ማቴ. 6:33) የእግዚአብሔር ባሪያ ሙሴም ይህ ስለገባው እንዲህ በማለት ነበር እግዚአብሔርን የጠየቀው፦ እርሱም። አንተ ከእኛ ጋር ካልወጣህስ፥ ከዚህ አታውጣን። በምድርም ፊት ካለው ሕዝብ ሁሉ እኔና ሕዝብህ የተለየን እንሆን ዘንድ አንተ ከእኛ ጋር ካልወጣህ፥ እኔና ሕዝብህ በአንተ ዘንድ ሞገስ ማግኘታችን በምን ይታወቃል? አለው። (ዘጸ. 33:16) እዚህ ላይ እግዚአብሔር መፈለግና መራብ ስንል ቃሉን ማወቅና በእምነት የቃሉን እውነት መታዘዝ፤ ለጸሎትና ለቃሉም ጊዜ መስጠት ነው፡፡ “ዘመኑ ቀርቦአል፤ እንግዲህ

ይህን የትንቢት ቃል የሚያነብ ብፁዕ ነው፤ የሚሰሙትና የተጻፈውንም የሚጠብቁ ብፁዓን ናቸው።" (ራእይ 1:3) "በእግዚአብሔር መጽሐፍ እንዲህ የሚለውንተመልከቱ፤ አንብቡም፤ከእነዚህ አንዱ አይጐድልም፤ እያንዳንዱም አጣማጁን አታጣም፤ ይህ ትእዛዝ ከአፉ ወጥቶአል፤መንፈሱ በአንድ ላይ ይሰበስባቸዋልና።" (ኢሳ. 34:16) "ሙሴም እነዚህን ቃሎች ሁሉ ለመላው እስራኤል ተናግሮ ከጨረሰ በኋላ፣ እንዲህ አላቸው፤ የዚህን ሕግ ቃሎች ሁሉ በጥንቃቄ ይጠብቁ ዘንድ ልጆቻችሁን እንድታዟቸው፣ እኔ ዛሬ በግልጥ የምነግራችሁን ቃሎች ሁሉ በልባችሁ አኑሩ። ቃሎቹ ለእናንተ ሕይወታችሁ እንጂ እንዲሁ ባዶ ቃሎች አይደሉም፤ በእነርሱ ዮርዳኖስን ተሻግራችሁ፤ በምትወርሷትም ምድር ረጅም ዘመን ትኖራላችሁ።" (ዘዳግም 32:45-47) እግዚአብሔርን መፈለግ ይሆንልናል፡፡ የሚያስፈልገንም ከእግዚአብሔር መገኘት የሚመጣው ሪቫይቫል ነው፡፡ እኛ የምንፈልገው እርሱን ይሁን፡፡

ማርክ (Mark Batterson) በኒውዮርክ ታይምስ ቤስት ሴለር በሆነው ለትልቅ ህልምና ለምትፈራው በጸሎትና በጾም ማግኘትና ድል ማድረግ ትችላለህ በማለት ጽፏል፡፡ በዚህ መጽሐፉ አንዱ ካተኮረበትና በጸሎት የሚገኘውን ድል ከተናገረበት ጸሎትና ጾምም ውጤታማ እንደሆነ በሰፊው ይናገራል፡፡ እንዲሁም ለምትጸልይበትና ለምትጾምበት ጉዳይ በእግዚአብሔር ፊት ግልፅ አድርጎ ማቅረብ ያስፈልጋል፡፡ ግልፅ አድርገን ካቀረብነው በኋላም በእግዚአብሔር ፊት ልናደርግ በልባችን የተቀመጠውና እግዚአብሔር እንዲያደረግልን የምንፈልገውን ሕዝቅያስ ወረቀቱን እግዚአብሔር ፊት እንደ ዘረጋው እኛም በፊቱ በጾምና በጸሎት ማሳየት፣ መናገር፣ ማመንና መታዘዝ አለብን ይላል፡፡ ወንድም ማርክ እንዲሁ በጾምና በጸሎት ለመለማመድ በጥቂት በጥቂት ቀናት በመጀመር ወደ ብዙ ቀናት መጾምና መጸለይ መለማመድ ይቻላል ይላል፡፡ እግዚአብሔር ለሰው ልጆች የሚችሉትንና የሚያደርጉትን እንጂ የማይችሉትን አይሰጠምና በማለት ለጾም ለጸሎት ያበረታታናል፡፡

ፒተር ዋግነር የተባለው "የምልጃ ጸሎት" በሚለው መጽሐፉ ላይ ስለ ጸሎት ኃይል እንደሚከተለው ይላል፡- "በምልጃ ጸሎት የኢየሱስን ደም እየጠራን ለሰዎች ስንጸልይ እግዚአብሔር ምርኮን ይሰጠናል፡፡ እንዲሁም የምንጸልየው ሰዎች የእግዚአብሔር ኃይል መገኘቱም ስናይ ለእኛም እውነት እየሆነ እናየዋለን፡፡ በውስጣችንም እግዚአብሔርንና ሰውን መውደድ እንለማመዳለን፡፡ ብዙ ሰዎች እየጸለይን እግዚአብሔርንና ሰዎችን በሚወድ ፍቅር (ፓሽን) አልተያዝንም ይላሉ፡፡ ለእንዲህ ዓይነት ሰዎች ይህን ምክር ይሰጣል፡- "በመጀመሪያ በእናንተ ውስጥ ያለውን የሥጋ ሥራ በጸሎት፣ በጾምና በእግዚአብሔር ቃል እውነት ራሳችሁ ላይ እንዲሰራ ለማድረግ ለራስ መሞትን በመረዳት ውስጥ ለመግባት፣ በጸሎትና በቃሉ ተጋደሉ፡፡ ከዚያም በኋላ ስለ ሌሎች ለመማለድና በእግዚአብሔር ፍቅር ሰዎችን መውደድ የማትቸገሩ ትሆናላችሁ ይላል፡፡ C. Peter Wagner በዚሁ መጽሐፋቸው ጾምና ጸሎት ለሪቫይቫል አስፈላጊና ቁልፍ ነገሮች እንደሆኑ በግልፅ ያስረዳሉ፡፡

እንግዲህ ይህን በእግዚአብሔር ፍቅር ሰዎችን የመውደድ ኃይል የምናገኘው በራሳችን ኃይል ሳይሆን እግዚአብሔር እርሱ ራሱ በሚሰጠን ፍቅር ነው፡፡ ይህ ፍቅር በጸሎት ሲሰጠን የጸጋው ኃይል ሰዎችን ሁሉ በኃጢአት የሞቱና የጠፉ መሆናቸውን እንድንረዳና እንድንመሰክርና እንድንማልድ ያደርገናል፡፡ እነዚያ ለአይሁድ ብቻ የሚያስቡና የሚጠይቁ ደቀመዝሙርት፣ ሰውን ፈርተው የነበሩትን ደቀመዛሙርት ፣ ከጸሎታቸው በኋላ የመጣው የመንፈስ ቅዱስ ኃይልና ሪቫይቫል በድፍረትና በፍቅር በምሕረት ልብ ኢየሱስን በግልጽ እንዲሰብኩና እንዲመሰክሩት አደረጋቸው፡፡ ዛሬም በጸሎትና በምልጃ ሰዎች ለክርስቶስ መንግሥት እንዲማረኩ የሚያደርግ የጸሎት ኃይልን መለማመድ ይኖርብናል ይላሉ፡፡ እኛ በዚህ ዘመን ያለን አማኞች ስላልዳኑ ቤተሰቦቻችን፣ በተጨማሪም ሰዎች ሁሉ እንዲድኑና እውነቱን ወደ ማወቅ እንዲደርሱ በጸሎት መጋደል እንዳለብን ማሳሰብ እፈልጋለሁ፡፡ የአማኝ ትልቁ ዋጋው የራሱን ሕይወት መጠበቅና የነፍሳትን ምርኮ በእግዚአብሔር መንግሥት ይዞ ለመገኘት መሆን አለበት፡፡ ጆን

ማክስዌል(John Maxwell)የጸሎት ተባባሪ ስለ መሆን በሚናገረው መጽሐፉ "እግዚአብሔር በየዘመናቱ የተጠቀመባቸው አገልጋዮችና ሕዝቦች ወደ እርሱ በጸሎትና በጾም ራሳቸውን ዲሲፕሊን ያደርጉ ነበር" ይልና ለናሙና ለቅምሻም የሚሆኑትን የሚከተሉትን ይጠቀሳል:- "ጆን ዌስሊን፣ ማርቲን ሉተር፣ ዮሐንስ ካልቪን፣ ጆናተን ኤድዋርድ፣ ማቲው ሄነሪ፣ ቻርልስ ፊኒ፣ አንድሮ ሜሪ፣ ቢል ብራይት እነዚህም ሌሎችም ያልጠቀሳቸው በብዙ ሺህ የሚቆጠሩ መሪዎች በጸሎትና በጾም በእግዚአብሔር ፊት በመገኘት እርሱን በመፈለግ ያገኙት ውጤት እንደሆነ ሁሉም መስክረዋል" ይላል፡፡

በመሪነት ለተቀመጥን ሁሉ እንዲህ በማለት ይመክራል:- "ብዙ ዕቅድ/ፕላን ዓላማ ብዙ ፕሮጀክቶችን ትልቅ ድሪም/ሕልምና ራእይ ቢኖራችሁም በጸሎትና በጾም በእግዚአብሔር ፊት የማታሳልፉና ከእርሱ የማትቀበሉ ከሆናችሁ የወረቀትና አየር ላይ ያለ ባዶ ተስፋ ሆኖ ይቀራል፡፡ ይህም ሳይሆን ቢደረግም እንኳን የእኛ ድካም ሆኖ ይቀራል እንጂ በእግዚአብሔር ዘንድ ተቀባይነት እንደማይኖረው የተረጋገጠ እውነት ነው" ይላል፡፡ "ጴጥሮስ ሐዋርያት እንደ ድሮው ሁሉም ጌታ ያላለውን እርሱን በጸሎት በትዕግሥት በመጠበቅ ፋንታ በልምምድ በእውቀታቸው አሣን ለማጥመድ ሄዱ፤ ሌሊቱንም ሙሉ ደከሙ አንድም አሣ አላጠመዱም ይላል፡፡ መሪዎች በአገልግሎታቸው ውጤታማ የሚሆኑት እግዚአብሔር መንፈስ ቅዱስ የሚለውን በጸሎት በእምነት የሆነውን መታዘዝ ሲያደርጉ ነው" ይላል፡፡

እንግዲህ እዚህ ላይ ልብ ልንል የሚገባን ከምንቀበለው ሁሉ በፊት እግዚአብሔር አባታችን ጋር በጸሎት፣ በጾምና በቃሉ እውነት በመቆም እርሱን በመውደድና በመፈለግ እንድንኖር ያስፈልጋል፡፡ እግዚአብሔር በክርስቶስ ኢየሱስና በመንፈስ ቅዱስ በእኛ ማደሪያውን እንዳደረገ ሙሉ መረዳት እንዲኖረን በጸሎት ኃይል የምንተጋ እንዲያደርገን ምኞቴና ጸሎቴ ነው፡፡ ይህ እየገባን ሲመጣ ብዙ ከምንሮጥ ይልቅ ብዙ ከእርሱ ጋር ማሳለፍ የማይጠገብና የሚያረካ እንደሆነ እየተረዳነው እንመጣለን፡፡ ይህ እውነት ነበር

በአንበሶችና በእስር ቤት ቢጣሉም ከዚህ ከአምላካቸው ሕልውና የሚያወጣቸው ኃይል እንዳልነበር ያስመሰከሩት፡፡ እኛስ ዛሬ በተሰጠን ዘመን ያለን የጸሎት ሕይወት እስከ ምን ያህል እንደሆነ ራሳችንን መመርመር ይጠቅማል፡፡

Wesley L. Duewel ማጅስቲ ፐሪቪሊግ ፐርየር በሚለው መጽሐፉ ላይ እንዲህ ይላል፡- “በእግዚአብሔር ፊት በጸሎት የሚቀርቡ እግዚአብሔር እንዳለ ለሚያምኑት ሁሉ ዋጋ እንደሚሰጥ ማወቅ ማመን አለባቸው፡፡ በእግዚአብሔር ፊት የሚጸልዩ ሰዎች ሁለት ሃሳብና መወላወል ካላቸው ጊዜያቸውን ባያቃጥሉ የተሻለ ነው፤ ከእግዚአብሔር ዘንድ አንዳች አይቀበሉም፡፡ እግዚአብሔር እንድናከብረውና ከእምነት የሆነ ሙሉ መታዘዝ እንዲኖረን የሚፈልገው እርሱ በባህሪይው የታመነ፣ የተፈራና የተከበረ ስለሆነ ነው፡፡ እኛም ወደ እርሱ ለመጸለይ የምንቀርብ ሁሉ ይህን የታመነ አምላክ ልናምነውና በእምነት የምንጸልይ እንድንሆንም ያስፈልጋል፡፡ ብዙዎች ጸልየው ያልተቀበሉት እግዚአብሔር ስለማይሰጥና ንፉግ ስለሆነ አይደለም፡፡ ያለ እምነት የሆነ ባዶ ልፍለፋ ስለሆነ ነው፡፡ እንዲሁም ወይም ልመናቸው በክፉና በሥጋ ምኞት የሆነው የሚያጠፉቸው የጠፉበትም ሊሆን ስለሚችል ነው፡፡

የሚጸልዩ ሰዎች በእግዚአብሔር ቃል እውነት ተሞልተው የእምነት ጸሎት የሚጸልዩ ከሆነ የእምነት ጸሎት መልስና ውጤት ያለው እንደሆነ የተረጋገጠ ነውና መልስን ያገኛሉ፡፡ ጌታችን ኢየሱስ ክርስቶስ፡- “የሚቻልህ ከሆነ አልህ? ለሚያምን ሰው ሁሉ ይቻላል” (ማር. 9:23) ያለውም ለዚህ ነው፡፡ በተጨማሪም “ስለዚህ በጸሎት የምትለምኑትን ሁሉ እንደ ተቀበላችሁት አድርጋችሁ ብታምኑ ይሆንላችኋል።” (ማር. 11:24) በማለት ተስፋን ይሰጣል፡፡ እዚህ ላይ ቆም ብለን ማየት ያለብን የምንቀበለውን ወይም የሚሰጠንን ነገር ሳይሆን እግዚአብሔርን እራሱን ማመን እንዳለብን የሚያመለክተን እውነት ነው፡፡ ኤርምያስ ሲናገር “ነገር ግን በእግዚአብሔር የሚታመን፣ መታመኛውም እግዚአብሔር የሆነ ሰው ቡሩክ ነው።” (ኤር. 17:7) ኢሳይያስ ሲናገር

“በእግዚአብሔር ለዘላለም ታመኑ፤ጌታ እግዚአብሔር የዘላለም ዐምባ ነውና።” (ኢሳ. 26:4) ይህ የእግዚአብሔር ሰውም የሚጸልዩ ሰዎችና መሪዎችን በእምነት የማትጸልዩ ከሆነ ድካማችሁና ጸሎታችሁ ባዶ እንዳይሆን መጠንቀቅ አለባችሁ በማለት ለእኛም ይመክረናል፡፡ ለእኛም ከእምነት የሆነ መስማትና መታዘዝ እንዲሆንልን የእኔም ጸሎቴ ነው፡፡ እኛ ብዙ ጊዜ እንጸልያለን ያለ እምነት ስለሆነ ብዙውን ጊዜ እንደ ሥራና ፕሮግራም እየሆነብን መጥቷል፡፡ ጸሎት ከዚህ ትልቅ ሕያው አምላክ ጋር የምንሆንበት የከበረና የተወደደ የሚናፈቅ መሆን ይኖርበታል፡፡

ሦስተኛ. የእግዚአብሔር ቃል የበላይነት

የመፍጠርና የመለወጥ ኃይል በእውነተኛ ሪቫይቫል ውስጥ መኖሩን የነገረን የእግዚአብሔር ቃል ነው፡፡ የእግዚአብሔር ቃል የበላይነት የማይታይበት ሪቫይቫል የሥጋና የምድር፣ ባዶ መጯጯህና እውነተኛ ለውጥ የማይታይበት ነው፡፡ “እግዚአብሔር ሆይ፤ ቃልህ በሰማይ፣ለዘላለም ጸንቶ ይኖራል።” (መዝሙር 119:89) የእግዚአብሔር ቃል የሁሉ መገኛ፣ የሁሉ ሚዛንና የሁሉ በላይ ነው፡፡ የቤተ ክርስቲያን መሠረት ምሰሶና ማገር አልፎም ጣራ፣ ግድግዳና አጠቃላይ አገልጋዮችም አገልግሎቶችም እንዲሁም ስጦታዎች በቃሉ የሚመሩት፣ የሚዳኙት ፣ የሚታረሙትና ሚመዘኑት እንደዚሁም የእውነተኛ መነቃቃት ምንጭና መሠረት የእግዚአብሔርን ቃል ብቻ በኃይል መስበክ ነው፡፡ የቃሉን የበላይነት እውቅናን የማይሰጥና በቃሉ የማይመዘን የጸሎት ሪቫይቫል ተቀባይነት የለውም፡፡ ምክንያቱም የእግዚአብሔር ቃል እንዲህ ይላልና:- “ከጸለዩም በኋላ የነበሩበት ስፍራ ተናወጠ፤ ሁሉም በመንፈስ ቅዱስ ተሞሉ፤ የእግዚአብሔርንም ቃል በድፍረት ተናገሩ።” (ሐዋ. 4:31) እዚህ ላይ እውነተኛ ሪቫይቫል እግዚአብሔርንና መንፈሱን በጸሎት ከመፈልግ ከመራብ የሚመጣ ስለሆነ የቃሉ ደራሲና ባለቤትም መንፈስ ቅዱስ ቃሉ በግልጽ እንድንናገረው ያደርገናል፡፡

ወደ እግዚአብሔር የሚቀርብ ጸሎት

በኢየሱስ ተጠርቶ ከሦስት ዓመት በላይ ኢየሱስ ስር ተቀምጦ የተማረ፣ የጸሎትን ኃይል እንደ እግዚአብሔር ቃል ይዞ መንፈስ ቅዱስ እንደ ቃሉ ሪቫይቫል ሲመጣ በመንፈስ ቅዱስ የተሞላው ሐዋርያው ጴጥሮስ መጻሕፍትን እየጠቀሰ "እናንተ የሰቀላችሁት እግዚአብሔር ከሙታን ያስነሳው" በማለት ከመዝሙረ ዳዊት፣ ከትንቢት መጻሕፍት፣ ጌታም ያለውን በወንጌል እየጠቀሰ ንስሐ እንዲገቡ ኃጢአታቸውን እንዲናዘዙ በግልጽ ቃሉን ተሞልቶ ተናገራቸው:: እውነተኛ ጸሎትና ሪቫይቫል መነሻው ቃሉ ነው:: የሚሰበከውም ቃል በድፍረትና በሥልጣን ይሆናል:: ጌታችን ኢየሱስ ክርስቶስ እንዲህ አላቸው:- "መንፈስ ሕይወትን ይሰጣል፤ ሥጋ ግን ምንም አይጠቅምም። እኔ የነገርኋችሁ ቃል መንፈስም ሕይወትም ነው፤" (ዮሐ. 6:63) "ሕልመኛ ነቢይ ሕልሙን ያውራ፤ ቃሌ ያለው ግን በታማኝነት ይናገር፤ ገለባና እህል ምን አንድ አድርጎአቸው!" ይላል እግዚአብሔር።" (ኤር. 23:28) "ከአፌ የሚወጣውም ቃሌ፣ በከንቱ ወደ እኔ አይመለስም፤ ነገር ግን የምሻውን ያከናውናል፤ የተላከበትንም ዐላማ ይፈጽማል።" (ኢሳ. 55:11) ለእውነተኛ ጸሎትና ሪቫይቫል የእግዚአብሔር ቃል መሠረትና መልሕቅ እንደሆነ መታወቅ አለበት::

የእግዚአብሔር ቃል ለማወቅና ለመረዳት የሚረዱን መሠረታዊ መስፈርቶች እንመልከት:-

- የእግዚአብሔርን ቃል መስማት (ማቴ. 17:5፤ ሉቃስ 11:28፤ ሕዝ.3:12)
- የእግዚአብሔርን ቃል ማንበብ (ኢሳ. 34፡16፤ ዮሐ. 5:39፤ 2ኛ ጢሞቴዎስ 3:15-17፤ ራእይ 1:3)
- የእግዚአብሔርን ቃል ማመን (ማር. 1:15፤ ዮሐ. 3:4፣50፤ ኢሳ. 26:4፤ ኤር. 17:7፤ሮሜ 10:8)
- የእግዚአብሔርን ቃል ማጥናት (2ኛ ጢሞ. 2:15፤ ሐዋ. 17:11፤ 1ኛ ጴጥ. 1:10)
- ቃሉን ማሰብና ማሰላሰል (ኢያሱ 1:8፤ መዝሙር 1:1-3)

- የእግዚአብሔርን ቃል መታዘዝ (ዮሐ. 14:21፤ ዘዳግም 13:6-11፤ ሐዋ. 5:29፤ ሮሜ 6:22)
- የእግዚአብሔርን ቃል ማስተማር (ዘዳግም 6:7፤ ሐዋ. 20:20፤ 2ኛ ጢሞ. 4:1፤ ሐዋ. 8:4)

እነዚህን ከላይ የጠቀስናቸው የእግዚአብሔር ቃል የበላይነትን ጠብቀን እንድንሄድ የሚያደርገን እውነት ነው፡፡ ጸሎታችንም እንደሚከተለው ይሆናል፡-

- ከእግዚአብሔር ቃልና ከእርሱ ጋር የምናሳልፍ ያደርገናል፡፡ (ማቴ. 14:23፤ ማር. 6:46፤ ዳን. 6:10-12)
- በመንፈስ ቅዱስ ምሪት የምንጸልይ እንሆናለን፡፡ (ሮሜ 8:14፤ ማቴ. 4:1፤ ኤፌ 6:18፤ ሮሜ 8:26-27)
- እግዚአብሔር መንፈስ ቅዱስ እንደ ቃሉ ስንጸልይ በእኛ መናገር ይጀምራል፡፡ (ዘጸአት 24:12፤ 2ኛ ሳሙ. 23:2፤ ዮሐ. 14:10)
- እግዚአብሔር እንደ ልቡ ፈቃድ የሚያገለግሉትን እንዲያስነሳ የምንጸልይ እንሆናለን፡፡ (ኤር. 3:15፤ 1ኛ ሳሙ. 2:35 1ኛ ሳሙ. 13:14)
- እግዚአብሔር መንፈስ ቅዱስ የሚለያቸውን እንዲለይና እንዲጠራ የምንጸልይና የምናመልከው እንዲሆን (ሐዋ 13፡2-4፤ ኢሳ. 6:8)
- እግዚአብሔርን ጸንተን ለመጠበቅና እርሱን ለማክበር (ማቴ. 24:13፤ ዳን. 6:10-12፤ ኢሳ. 26:3-4)
- እግዚአብሔርን በመተማመን በፈረሰው ቅጥር በእርሱ ፊት ለመቆም (ኤር. 15:19-21፤ ሕዝ. 22:30)
- በሰማይና በምድር ያለ አባትነት ፊት በእግሩ ስር ለመገኘት (ኤፌ. 3:14-15፤ 2ኛ ዜና. 29:11)

እዚህ ላይ የእግዚአብሔር ቃል ያላደረበት መንፈስ ቅዱስ አይወርድበትም፡፡ ሐዋርያት በበዓለ ሃምሳ ቀን በልዩ የመንፈስ ቅዱስ የሪቫይቫል እሳት ከመቀጣጠላቸው በፊት ከጌታ ኢየሱስ እግር ስር ከሦስት ዓመት በላይ ቃሉን ሲመገቡና በስፋት፣ በጥልቀትም እንደተማሩ፤ አእምሮአቸውን ለመጻሕፍት እንደከፈተላቸው መዘንጋት የለበትም፡፡ የእግዚአብሔር ቃል ማዕከላዊና የበላይ እንደሆነ የቃሉ ደራሲም መንፈስ ቅዱስ ወደዚህ እውነት ነው የሚመልሰን፡፡ ለእግዚአብሔር ቃል ተገቢውን ስፍራ ያልሰጠ ማንኛውም መንፈሳዊ እንቅስቀቃሴ መጨረሻው ጠፍቶ የሚያጠፋ እንደሆነ መዘንጋት የለበትም፡፡

አራተኛ. የኢየሱስ ክርስቶስ ማዕከላዊነት

እግዚአብሔር "ስለዚህ እግዚአብሔር እጅግ ከፍ አደረገው፤ከስምም ሁሉ በላይ የሆነውን ስም ሰጠው፤ ይኸውም በሰማይና በምድር፣ ከምድርም በታች፣ጉልበት ሁሉ በኢየሱስ ስም ይንበረከክ ዘንድ፣ ምላስም ሁሉ ለእግዚአብሔር አብ ክብር፣ኢየሱስ ክርስቶስ ጌታ እንደሆነ ይመሰክር ዘንድ ነው።" (ፊል. 2:9-11)

እግዚአብሔር በጸሎትና በቃሉ ሲጠበቅ በቤተ ክርስቲያንና በቅዱሳን ሁሉ ላይ ልጁን ለማክበር ሪቫይቫልን በመንፈስ ቅዱስ ኃይል ያፈሳል፡፡ እርሱ የእውነት መንፈስ በመጣ ጊዜ ያከብረኛል እንዳለ ጌታ ኢየሱስ እውነተኛ ሪቫይቫል ኢየሱስን ማሳየትና ማክበር መግለጫው እንደሆነ መጽሐፍ ቅዱስ በግልጽ ያስረዳል፡፡ በዓለም ዙሪያ እስካሁን የተከሰቱ እውነተኛ ሪቫይቫሎች በአንድነት የሚጋሩት ሌላው ምልክት በስብከት፣ በትምህርት፣ በጸሎት፣ በምስክርነት፣ በፈውስ፣ በድንቅና በተአምራት ሁሉ ኢየሱስ ክርስቶስ ማዕከላዊና የበላይ ማድረጉ ሲሆን፤ እውነተኛ ሪቫይቫል የምንለውም ኢየሱስ ክርስቶስ የበላይነቱን በመያዝ ክብሩና የሚናገረውም ስለ እርሱ ብቻ ሲሆን ነው፡፡ ምክንያቱም ክብርና ምስጋና አምልኮና ውዳሴም ስግደትም የተገባው እርሱ ስለሆነ ነው፡ ፡ (ራእይ 5:11-14)

የሐዋርያቱ ትልቁ ትኩረታቸው ጌታችን ኢየሱስ ክርስቶስ ከፍ አድርጎ ማሳየትና ክብርና ምስጋናውንም ጠቅሎ ለዚህ ከፍ ላለው ጌታ ማድረግ ነው፡፡ “ፊልጶስም ወደ አንዲት የሰማርያ ከተማ ወርዶ ክርስቶስን ሰበከላቸው።” (ሐዋ. 8:5) “በዚህ ጊዜ፣ ጴጥሮስ በመንፈስ ቅዱስ ተሞልቶ እንዲህ አላቸው፤ “እናንተ የሕዝብ አለቆችና ሽማግሌዎች ሆይ፤ ዛሬ ለዚህ ሽባ ሰው ስለ ተደረገው በጎ ሥራ፣ እንዴት እንደ ዳነ የምትጠይቁን ከሆነ፣ እናንተ በሰቀላችሁት፣ እግዚአብሔር ግን ከሙታን ባስነሣው በናዝሬቱ በኢየሱስ ክርስቶስ ስም መዳኑንና ፊታችሁ መቆሙን እናንተም ሆናችሁ የእስራኤል ሕዝብ ሁሉ ይህን ይወቅ።” (ሐዋ. 4:8-10) እዚህ ላይ የጴጥሮስም የፊልጶስም ትኩረታቸው የሰው ሁሉ ዐይን ወደ ኢየሱስ ክርስቶስ ላይ እንዲያተኩርና እርሱን እንዲያከብር ማድረግ ነበር፡፡

የሪቫይቫል የጸሎት ኃይል ክብሩን ለጌታ፤ በረከቱንና ድንቅ ታምራቱን ለሕዝቡ ማድረግ እንደሆነ በግልጽ መርዳት ይኖርብናል፡፡ እውነተኛ በጸሎት የሚመጣ ሪቫይቫል ጌታችን ኢየሱስ ክርስቶስን የበላይ አድርጎ ያማከለ እንደሆነ እውነተኛ አገልጋዮች ሁሉ ይረዳሉ ያውቃሉም፡፡ ሐዋርያው ጳውሎስ በመልእክቶቹ መጀመሪያ ላይ የኢየሱስ ክርስቶስ ባሪያ ኢየሱስ ክርስቶስን ለመስበክና ስሙን እንደተጠራ በብዙ ቦታዎች ይናገራል፡፡ ይህ ክርስቶስ በሰዎች ሕይወት ውስጥ የመጀመሪያውን ቦታ መያዝ አለበት፡፡ ለዚህም ነው የእምነታችን ጀማሪና ሐዋርያ የሆነውን ኢየሱስ ክርስቶስን ተመልከቱ በማለት የሚያሳስበን፡፡ (ዕብ. 3:1) በክርስቶስ ኢየሱስ አዲስ ፍጥረት መሆን እንጂ መገረዝ አለመገረዝ ምንም አይጠቅምም ይላል፡፡ እንዲሁም “ስለዚህ ማንም በክርስቶስ ቢሆን አዲስ ፍጥረት ነው፤ አሮጌው ነገር አልፎአል፤ እነሆ፣ አዲስ ሆኖአል።” (2ኛ ቆሮ 5:17) በማለት በኢየሱስ ክርስቶስ በመስቀል ላይ ደም መፍሰስ ከኃጢአታችን በደሙ ነፅተን በመንፈስ ቅዱስ አዲስ ፍጥረት በመሆን ዳግም ልደት የተቀበልን በመንፈስ ቅዱስ በእውነት ጌታን የምናመልክ ልጆች ነን፡፡

ወደ እግዚአብሔር የሚቀርብ ጸሎት

ሪቫይቫልና ጸሎት በዚህ እውነት መሠረት በኢየሱስ ክርስቶስ አማካኝነት የተገኘ እርሱን ለማክበርና ለመግለጥ የሚሆን እውነት ነው፡፡ "በዙፋኑ ላይ የተቀመጠውም 'እነሆ፤ እኔ ሁሉን ነገር አዲስ አደርጋለሁ አለ፤ ደግሞም፣ 'ይህ ቃል የታመነና እውነት ስለ ሆነ ጻፍ' አለ" (ራእይ 21:5) የእውነተኛ ሪቫይቫል ማዕከል ኢየሱስ ክርስቶስ ነው፡፡ ሰዎችም ይበልጥ ኢየሱስን እንዲራቡና እንዲጠሙ (ዮሐ. 6:35) እንዲሁም ሰዎች ስለ ኃጢአታቸው እውነተኛ ንስሐ ገብተው ይበልጥ ክርስቶስን የሚፈልጉበት፤ ሰዎች ክርስቶስን የሚመለከቱበት፤ ስለ እርሱ ቢመሰክሩና ቢናገሩ የማያፍሩበትና የማይሰለቹበት፤ ሰዎች ጌታን በእምነት የሚቀበሉበት፤ እርሱን ለመከተልና ለእርሱ ለመኖር የሚወስኑበት፤ ሰዎችም በኑሮአቸው፣ በሥራቸው፣ በውሳኔዎቻቸው፣ በሚገጥማቸው ነገሮች ሁሉ ኢየሱስ ክርስቶስን በማክበር እርሱ እንዲታይ የሚያደርጉ ይሆናሉ፡፡ ለዓለምና ለምድር ሁሉ የኢየሱስ መልእክተኞች ሆነው እርሱን ለሁሉም በቃልና በኑሮ እንዲሰብኩ፣ እንዲመሰክሩ የማያደርግ ነው፡፡

እንግዲህ እዚህ ላይ የሪቫይቫል ጸሎት ዓላማው ክብር፣ አምልኮና ምስጋና ለጌታ ለኢየሱስ ክርስቶስ ለታረደው በግ ማምጣት እንደሆነ እንወቅ፣ እንረዳ፡፡ (ራእይ 5:11-14) ሮይ ህሰን "እውነተኛሪቫይቫል ማለት የኢየሱስ ክርስቶስ ሕይወት በሙላት በሰዎች ልብ መፍሰስ ነው" ብለዋል፡፡ የሐዋርያትም ትልቁ ተልእኮአቸው እርሱ ክርስቶስ የተቀባው ሊከብር የሚገባው እንደሆነ በሕይወታቸውና በተግባርም አሳይተው አልፈዋል፡፡ እኛም በዘመናችን እርሱን ለማክበር ተጠርተናል፡፡

አምስተኛ. ንስሐና የሕይወት ለውጥ (ሐዋ. 17:30)

ወንጌል በኃይል በመንፈስ ቅዱስ ሲሰበክ (1ተሰ1:5-10)

እውነተኛ ሪቫይቫልና ጸሎት አለበት ስፍራ ሁሉ እውነተኛ ንስሐና የሕይወት ለውጥ አለ፤ ይኖራልም፡፡ እውነተኛ ሪቫይቫል ባለበት ስፍራ ትልቅ የንስሐ መንፈስ የሕይወት ለውጥ፣

በቃሉና በመንፈስ ቅዱስ ኢየሱስን ማክበር፣ በመመስከርና በመስበክ ሰዎች ወደ ንስሐ እንዲጎርፉ ማድረግን ይጨምራል፡፡ በአዲስ ኪዳን መላዕክትም፣ ጌታም ደቀ መዛሙርትም የንስሐንና የኃጢአት ስርየት አስፈላጊነት በሚገባ አስረድተዋል፡፡ "ወንድ ልጅ ትወልዳለች፤ ስሙንም ኢየሱስ ብለህ ትጠራዋለህ፤ ሕዝቡን ከኃጢአታቸው ያድናቸዋልና።" (ማቴ. 1:21) እንዲሁም መጥምቁ ዮሐንስ "በዚያን ወራት መጥምቁ ዮሐንስ በይሁዳ ምድረ በዳ እየሰበከ መጣ። ሰብከቱም፣ "መንግሥተ ሰማያት ቀርባለችና ንስሓ ግቡ" የሚል ነበር።" (ማቴ. 3:1-2) እንዲሁም ጌታችን ኢየሱስ ክርስቶስ "ዮሐንስ እስር ቤት ከገባ በኋላ፣ ኢየሱስ የእግዚአብሔርን ወንጌል እየሰበከ ወደ ገሊላ ሄዶ፣ 'ጊዜው ደርሶአል፤ የእግዚአብሔር መንግሥት ቀርባለች፤ ንስሓ ግቡ፤ በወንጌልም እመኑ' እያለ ይሰብክ ነበር።" (ማር. 1:14-15) ጌታም ከማረጉ በፊት እንዲህ አላቸው:- "" 'እንዲህ ተብሎ ተጽፎአል፤ ክርስቶስ መከራን ይቀበላል፤ በሦስተኛውም ቀን ከሙታን ይነሣል፤ ከኢየሩሳሌም ጀምሮ ለሕዝቦች ሁሉ ንስሓና የኃጢአት ስርየት በስሙ ይሰበካል፤" (ሉቃስ 24:46-47) "ጴጥሮስም እንዲህ አላቸው፤ "ንስሓ ግቡ፤ ኀጢአታችሁም እንዲሰረይላችሁ፣ እያንዳንዳችሁ በኢየሱስ ክርስቶስ ስም ተጠመቁ፤ የመንፈስ ቅዱስንም ስጦታ ትቀበላላችሁ።" (ሐዋ. 2:38) ንስሐና የኃጢአት ስርየት በኢየሱስ ክርስቶስ ደም በመስቀል ላይ መፍሰስ እንደሆነ ከእምነት የሆነ የጸጋው የማዳን ኃይል፣ የእውነተኛ ሪቫይቫልና ጸሎት ሰዎች ሁሉ ወደ ጌታ እንዲመለሱ ንስሐና የኃጢአት ስርየት የሕይወት ለውጥና ጌታን መራብና መጠማትን ያስከትላል፡፡

የእውነተኛ ሪቫይቫል የጸሎት ኃይል መለያው ስለ ኃጢአት፣ ስለ ጽድቅ፣ ስለ ቅድስና በዋናነት ስለሚሰበክ ሰዎች በተሰበረ ልብና መንፈስ ወደ እግዚአብሔር ሲመለሱና የንስሐን ፍሬ ሲያፈሩና የተለወጠ ሕይወት ሲያገኙ ነው፡፡ ቃሉም እንግዲህ እግዚአብሔር ያለማወቅን ወራት አሳልፎ አሁን በየቦታቸው ንስሐ ይገቡ ዘንድ ሰውን ሁሉ ያዛል (ሐዋ. 17:30) እንዲሁም ሐዋርያው ጴጥሮስ "እንግዲህ ኀጢአታችሁ

እንዲደመሰስ ንስሓ ግቡ፤ ከመንገዳችሁም ተመለሱ፤ ከጌታም ዘንድ የመታደስ ዘመን ይመጣላችኋል፤ ደግሞም አስቀድሞ ለእናንተ የተመደበውን ክርስቶስን እርሱም ኢየሱስን ይልክላችኋል።” (ሐዋ. 3:19-21) እንዲሁም ሐዋርያው ዮሐንስ “ነገር ግን እርሱ በብርሃን እንዳለ፣ እኛም በብርሃን ብንመላለስ እርስ በእርሳችን ኅብረት አለን፤ የልጁም የኢየሱስ ክርስቶስ ደም ከኃጢአት ሁሉ ያነጻናል።” (1ኛ ዮሐ. 1:7) እዚህ ላይ እውነተኛ ሪቫይቫል የእኛ ወደ እግዚአብሔር መመለስንና የእግዚአብሔር ለአማኙ ሕይወት ቅርብ መሆኑንና ሕብረቱንና አንድነቱን የሚታይበት ነው፡፡

ይህም ሕይወት ኢየሱስን በሚገልጥ በቃሉ እውነት ላይ ተመስርቶ ሰዎች ከኃጢአት መንገድ እንዲመለሱ፣ በጽድቅና በቅድስና እንዲኖሩ የንስሐ ፍሬ እንዲያፈሩ በቃልና በኑሮ ጌታን በሁሉ እንዲያከብሩ ጠንካራ እውነተኛ ቃል ላይ የተመሠረተ ትምህርትና ስብከት ያስፈልጋል፡፡ እውነተኛ ሪቫይቫል ባለበት ቦታና ስፍራ ሁሉ እውነተኛ የኃጢአት ኑዛዜና ፈሪሃ እግዚአብሔር በቤተ ክርስቲያን ሰዎች፣ በከተማ፣ በሀገር ላይ ይወድቃል፡፡ ነቢዩ ኢሳይያስ ስንት ዘመን ትንቢት እየተናገረ ቆይቶ እግዚአብሔርን በክብሩ ከማየቱ የእግዚአብሔር ሐልዎት ውስጥ በገባ ጊዜ እንደ ቀድሞው ይናገር የነበረውን ትንቢት መናገር አልቻለም፡፡ ከፍርሃቱም የተነሳ “እኔም፣ “ከንፈሮቼ የረከሱብኝ ሰው ነኝ፤ የምኖረውም ከንፈሮቹ በረከሱባቸው ሕዝብ መካከል ነው፤ ዐይኖቼም ንጉሡን፣ የሰራዊት ጌታ እግዚአብሔርን አይተዋልና ጠፍቻለሁ፣ ወዮልኝ!” አልሁ።” (ኢሳ. 6:5) ሲል እንመለከታለን፡፡ እውነተኛ ሪቫይቫል ሲመጣ የእኛ ኃጢአተኛነት የእግዚአብሔር ጽድቅና ቅድስና ስለሚታየን ንስሐ ለመግባትና ራስን ዝቅ ለማድረግ አንቸገርም፡፡ በአዲስ ኪዳን ሪቫይቫልና ጸሎት ከሆነ በኋላ እግዚአብሔር ያደርግ ከነበረው ነገር የተነሳ “ይህም በኤፌሶን በሚኖሩት፣ በአይሁድና በግሪክ ሰዎች ሁሉ ዘንድ በታወቀ ጊዜ፣ ሁሉም ፍርሀት ያዛቸው፤ በዚህም የጌታ የኢየሱስ ስም ተከበረ።” (ሐዋ. 19:17) ይላል፡፡ እንዲሁም የእግዚአብሔር ፍርሃት በዙሪያቸው እንደሆነ ይናገራል። (ሐዋ. 5:11)

በዓለማችን ላይ ከተነሱት ሪቫይቫልና የጸሎት ኃይል ሁሉንም የሚያመሳስል አንዱ ምልክት የእግዚአብሔር በሙላት ከመገኘቱ የተነሳ አገልጋይና ተገልጋይ ሁሉም በእግዚአብሔር መንፈስ ቅዱስ ክብደት የተነሳ ትልቅ ፍርሃትና የአምልኮ መንፈስ ስር መውደቃቸው ነው:: እውነተኛ ሪቫይቫል ንስሐና ራስን ማዋረድን እውነተኛ የሕይወት ለውጥን በሕያው እግዚአብሔር ፊት በተሰበረ፣ በተዋረደ መንፈስና ልብ መቅረብንና እግዚአብሔርን ከፍ ከፍ ማድረግን ያሳያል:: እግዚአብሔርም እንዲህ ይላል:- ""ነገር ግን እኔ ወደዚህ፣ ትሑት ወደ ሆነና መንፈሱ ወደ ተሰበረ፣ በቃሌም ወደሚንቀጠቀጥ ሰው እመለከታለሁ።" (ኢሳ. 66:2) እንዲሁም እርሱም እንዲህ ይላል:- "አብጁ፤ አብጁ፤ መንገድ አዘጋጁ፤ ከሕዝቤ መንገድ ዕንቅፋት አስወግዱ።' ከፍ ከፍ ያለውና ልዕልና ያለው እርሱ፣ ስሙም ቅዱስ የሆነው፣ ለዘላለም የሚኖረው እንዲህ ይላል፤ እርሱም። ጥረጉ፥ መንገድን አዘጋጁ፥ ከሕዝቤም መንገድ ዕንቅፋትን አውጡ ይላል። ለዘላለም የሚኖር ስሙም ቅዱስ የሆነ፥ ከፍ ያለው ልዑል እንዲህ ይላል። የተዋረዱትን ሰዎች መንፈስ ሕያው አደርግ ዘንድ፥ የተቀጠቀጠውንም ልብ ሕያው አደርግ ዘንድ፥ የተቀጠቀጠና የተዋረደ መንፈስ ካለው ጋር በከፍታና በተቀደሰ ስፍራ እቀመጣለሁ። መንፈስም የፈጠርሁትም ነፍስ ከፊቴ እንዳይዝል ለዘላለም አልጣላም፥ ሁልጊዜም አልቈጣም። (ኢሳ. 57:14-16)

ዶ/ር Armin Gesswein "ስለ ሪቫይቫል እውነተኛይቱ አዲስ ኪዳን ቤተ ክርስቲያን ሁሉም ጸላይ፣ ሁሉም አምላኪ፣ ሁሉም ስለ ክርስቶስ ምስክር፣ በፍቅር የሆነ አንድነት፣ ህብረት፤ የመንፈስ ቅዱስ በጽድቅና በተኣምራት ማፅናት፤ አምልኮና ክብርም ሁሉም ለጌታ የሚሆንበት ነው በማለት ይገልጸዋል::" ስለዚህ የብዙ ሪቫይቫሎች ተመሳሳይና አንዱ ምልክት የሰዎች ሕይወት ለውጥ ነው:: ሪቫይቫል ተብሎ የሰዎች ሕይወት የማይለወጥ ከሆነ ሰዎች የራሳቸውን እሳት እያቀጣጠሉ ስለ መሆኑ አንዱ ምልክት ነው:: ምክንያቱም የመንፈስ ቅዱስ ኃይል ሲሠራ ሰዎች ዓለማዊ ምኞትንና ኃጢአትን

የመካድና የሕይወት ለውጥ ይታያል፡፡ ሪቫይቫል ማለት የእግዚአብሔር በተለየ ሁኔታ መገለጥ ማለት ነው ብለናል፡፡ የተገለጠውን እግዚአብሔር ያየ ሰው "ያዕቆብ፣ 'እግዚአብሔርን (ኤሎሂም) ፊት ለፊት አይቼ እንኳ ሕይወቴ ተርፋለች' ሲል፣ የዚያን ቦታ ስም ጵኒኤል አለው።" (ዘፍ. 32:30) እንዳለውም እግዚአብሔርን ከማየቱ የተነሳ የለውጥ ስፍራም ሆኖለታል፡፡ በሪቫይቫል ከተሰበከው ቃልና መንፈሳዊ እሳት የተነሳ ሰዎች ዓለማዊ ምኞትንና ኃጢአተኛነትን በጸጋው ጽድቅና ቅድስና የሕይወት ለውጥ ይለወጣሉ፡፡

ስድስተኛ. የነፍሳት መፍለስና ድንቅና ተአምራት

እነዚያ በጸሎት መንፈስ ቅዱስን ኃይል መውረድ በሚጠባበቁት ሁሉ መንፈስ ቅዱስ እሳት ወረደባቸውና በመንፈሱ ተሞሉ፡፡ (ሐዋ. 2:1-4) ወዲያውም ቃሉን መስበክ ጀመሩ "ቃሉን የተቀበሉትም ተጠመቁ፤ በዚያ ቀን ሦስት ሺህ ያህል ሰዎች በቍጥራቸው ላይ ተጨመሩ።" (2:41) /ከዚያም/ "ቃሉን ከሰሙት መካከል ብዙዎቹ አመኑ፤ የወንዶቹም ቍጥር ወደ አምስት ሺህ ከፍ አለ።" (ሐዋ 4፡4) "የእግዚአብሔርም ቃል እየሰፋ ሄደ፤ የደቀ መዛሙርቱም ቍጥር በኢየሩሳሌም እጅግ እየበዛ ሄደ፤ ከካህናትም ብዙዎቹ ለእምነት የታዘዙ ሆኑ። የእግዚአብሔርም ቃል እየሰፋ ሄደ፥ በኢየሩሳሌምም የደቀ መዛሙርት ቍጥር እጅግ እየበዛ ሄደ፤ ከካህናትም ብዙ ሰዎች ለሃይማኖት የታዘዙ ሆኑ። እስጢፋኖስም ጸጋንና ኃይልን ተሞልቶ በሕዝቡ መካከል ድንቅንና ታላቅ ምልክትን ያደርግ ነበር። (6:7-8) በዚህም ምክንያት የደቀ መዛሙርቱ ቁጥር እየበዛ ሄደ ይላል፡፡ (ሐዋ. 5:14) "የጌታም እጅ ከእነርሱ ጋር ነበረ፤ ቍጥራቸውም እጅግ ብዙ የሆኑ ሰዎች አምነው ወደ ጌታ ተመለሱ።" (ሐዋ. 11:21) እንዲሁም "አብያተ ክርስቲያናትም በእምነት እየበረቱና ዕለት ዕለትም በቍጥር እየጨመሩ ይሄዱ ነበር።" (ሐዋ. 16:5) ይላል፡፡ "የተበተኑትም በሄዱበት ሁሉ ቃሉን ሰበኩ፤ ፊልጶስም ወደ አንዲት የሰማርያ ከተማ ወርዶ ክርስቶስን ሰበከላቸው። ብዙ ሕዝብም ፊልጶስ የተናገረውን ሲሰሙና

ያደረገውንም ታምራዊ ምልክቶች ሲያዩ፣ አንድ ልብ ሆነው ያዳምጡት ነበር። ርኩሳን መናፍስትም እየጮኹ ከብዙ ሰዎች ወጡ፤ ብዙ ሽባዎችና አንካሶችም ተፈወሱ፤ ከዚህ የተነሣም በከተማዪቱ ታላቅ ደስታ ሆነ።" (ሐዋ. 8:4-8)

የሪቫይቫል ጸሎት በተካሄደባቸው ዓለማት ሁሉ የነፍሳት ወደ እግዚአብሔር መንግሥት መጨመር፤ ድንቅና ተአምራት በእውነተኛ ሪቫይቫል የማይቀር እውነት እንደሆነ በመጽሐፍ ቅዱስ ብቻ ሳይሆን የታሪክም ምስክርነት የተረጋገጠ እንደሆነ ይታመናል፡፡ እውነተኛ ሪቫይቫል ጸሎት ነፍሳትን ለጌታ ምርኮ ማድረግና የሕይወትን ለውጥ መታየቱ አንዱ ምልክት እንደሆነ ጆን ዌስሊን በመልእክታቸው ተናግረዋል፡፡ "ይህም በኤፌሶን በሚኖሩት፣ በአይሁድና በግሪክ ሰዎች ሁሉ ዘንድ በታወቀ ጊዜ፣ ሁሉም ፍርሀት ያዛቸው፤ በዚህም የጌታ የኢየሱስ ስም ተከበረ። ካመኑትም ሰዎች ብዙዎቹ እየቀረቡ ክፉ ሥራቸውን በግልጥ ተናዘዙ፤ ሲጠንቁሉ ከነበሩትም መካከል ብዙዎች መጽሐፋቸውን ሰብስበው በማምጣት በሕዝብ ፊት አቃጠሉ፤ ዋጋቸውም ሲሰላ አምሳ ሺህ ብር ያህል ሆኖ ተገኘ። በዚህ ሁኔታ የጌታ ቃል በኀይል እያደገና እያሸነፈ ሄደ።" (ሐዋ. 19:17-20)

በሰሜን አሜሪካ፣ በአውሮፓ፣ በኢስያ፣ በአፍሪካና በላቲን አሜሪካ በተካሄዱትና በመካሄድ ላይ ባሉት እውነተኛ ሪቫይቫልና ጸሎት የነፍሳት በጌታ በኢየሱስ ደም በመስቀሉ ሥራ እየተማረኩ ሕይወታቸው የሰጡና መለኮታዊ ኃይል የተነሳ የሕይወት ለውጥም በሚልዮን በሚቆጠሩት እንደታየ ብዙ የሪቫይቫል መረጃዎች ይናገራሉ፡፡ በአጠቃላይ በዌልስና በአሱዛ የተነሳው የሪቫይቫል እሳት መላውን አውሮፓና አሜሪካ በከፍተኛ ሁኔታ ከመናጡ አልፎ በብዙ ሚሊዮን የሚገመቱ ሰዎች ወደ እግዚአብሔር መንግሥት የመጨመር ምክንያት እንደሆነ ድርሳናት በሰፊው አትተዋል፡፡

የጌታ ደቀ መዛሙርትም በጸሎት፣ በእምነትና በትዕግስት የጠበቁት የመንፈስ ቅዱስ ሪቫይቫል ከኢየሩሳሌም እሳት ለብሶ የተነሳው የወንጌል ሰደድ እሳት ማንም ምንም

ወደ እግዚአብሔር የሚቀርብ ጸሎት

ሊያቆመው አልቻለም፡፡ ብዙዎችን ማርኮ በአጭር ጊዜ ዓለምን ሸፈነ፡፡ የእውነተኛ ሪቫይቫል ጸሎት አንዱ ምልክት የአማኞችና የማያምኑትንም እይታ የመሳብ አቅሙ ነው፡፡ እግዚአብሔር ለእያንዳንዱ ሠርቶበትና ተጠቅሞበት እንዲያልፍ ዘመንና ጊዜን ሰጥቶታል፡፡ ተጠቅሞበት ማለፍ የሁላችንም ድርሻ ነው፡፡

ሰባተኛ. የቅዱሳን ፍቅርና አንድነት (ሐዋ. 2፡41)

የአዲስ ኪዳን የእውነተኛ ሪቫይቫልና ጸሎት አንድ ልብና ፍቅር እውነተኛ ምልክት ነው፡፡ እነዚያን የጌታ ደቀ መዝሙራት ከእርስ በርስ ሽኩቻ ነጻ ያወጣቸው የሪቫይቫል እሳት በሕይወታቸው ሲመጣ እንደሆነ የሐዋርያት ሥራን ማንበብ በቂ መረጃ ነው፡፡ በዓለምም ላይ ከተከሰቱት ቀደምት ሪቫይቫሎች ሁሉ አብያተ ክርስትያናት ከመቼውም ጊዜ ይልቅ ልዩነቶቻቸውን በማጥበብ በክርስቶስ ያላቸውን ፍቅርና ህብረት አጠንክረዋል፡፡ ጌታችን እንዲህ ይላል፡- ሁሉም አንድ ይሆኑ ዘንድ፥ ከቃላቸው የተነሣ በእኔ ስለሚያምኑ ደግሞ እንጂ ስለ እነዚህ ብቻ አልለምንም፤ አንተ እንደ ላክኸኝ ዓለም ያምን ዘንድ፥ አንተ፥ አባት ሆይ፥ በእኔ እንዳለህ እኔም በአንተ፥ እነርሱ ደግሞ በእኛ አንድ ይሆኑ ዘንድ እለምናለሁ። እኛም አንድ እንደ ሆንን አንድ ይሆኑ ዘንድ፤ እኔም በእነርሱ አንተም በእኔ ስትሆን፥ በአንድ ፍጹማን እንዲሆኑ፥ የሰጠኸኝን ክብር እኔ ሰጥቻቸዋለሁ፤ እንዲሁም ዓለም አንተ እንደ ላክኸኝ በወደድኸኝም መጠን እነርሱን እንደ ወደድሃቸው ያውቃል። (ዮሐ. 17:20-23)ሪቫይቫል ሲኖር ጸሎት አማኞችን ወደተጠሩበት የአካል አንድነት እየሳበ የሚያስገባ እውነት ነው፡፡ አንድነትና ፍቅርን አንድ ላይ በማከማቸት የምናመጣው አይደለም፡፡ በጌታችን በኢየሱስ የመስቀል ሥራ ከሥላሴ ምሕረት፣ እርቅና የኃጢአት ስርየት በመቀበል የተገኘ አንድነት ነው፡፡ የእኛ ድርሻ የተቀበልነውን ፍቅርና አንድነት ለመጠበቅ መትጋት ነው፡፡ ሪቫይቫል በክርስቶስ የተሠራውን የመንፈስ አንድነት ያጠናክራል እንጂ የቤተ ክርስቲያን አንድነትና ህብረት አይንድም፡፡ በቅዱሳን ሁሉ በውስጥ በሙላት የሚሠራው መንፈስ አንድ ስለሆነ ሁሉንም በፍቅር ያስተሳስራል፡፡

አንዳንድ ጊዜ ጠንካራ ህብረት ከሪቫይቫል ሊወለድ ይችላል፡፡ እንዲሁም ከጠንካራ ህብረትና ፍቅር ሪቫይቫል ሊወለድ ይችላል፡፡ እውነተኛ ሪቫይቫልና ጸሎት ባለበት ምድር፣ ጠንካራ ህብረትና ፍቅር የአብያተ ክርስቲያናት መለያዎች ናቸው፡፡ እኛ የመንፈስ አንድነት እንድንፈጥር ሳይሆን እንድንጠብቅ - - - (ኤፌ. 4:3) ይህ አንድነት ጌታም ሲናገር "እኔ አብ አንድ እንደሆንን አንድ ይሆኑ ዘንድ" ይላል፡፡ ስለ አንድነት በአዲስ ኪዳን ብቻ አስራ ስምንት ጊዜ እንደተጠቀሰ መጽሐፍ ቅዱስ ይነግረናል፡፡ ይህን አንድነት በፍቅር ተያይዘን ስንጠብቅ የሪቫይቫል እሳት እንደሚመጣ ብዙ በዓለማችን ታሪክ ማወቅ ተችሏል፡፡ የቅዱሳን አንድነትና ፍቅር የወንጌል ውበትና ጥንካሬ አንዱ መለያ ነው፡፡ አሁን ባለንበት ዘመን በሪቫይቫል ስም የሚታዩ መለያየቶችና መፈራረሶች ከእውነተኛ ሪቫይቫል የራቀ የሰው፣ የሥጋና የጠላት እንደሆነ አንዘንጋው፡፡ ይህን የሐሰት ሪቫይቫል በእውነተኛ ሪቫይቫል ለመለወጥ የአማኞች ፍቅርና አንድነት በቃሉና በመንፈሱ መጠበቅ ይኖርበታል፡፡ አሁን ያለንበት ዘመን ይበልጥ መሰባሰባችንና አንድነታችን መጠናከር ያለበት እንደሆነ እንደ እግዚአብሔር ልጆች መንቃት ይኖርብናል፡፡

ጌታ የተናገረለት የገሃነም ኃይል የማይችላትን የክርስቶስ ቤተ ክርስቲያን በመንፈስ ቅዱስ ሪቫይቫል፤ በቅዱሳን ህብረትና ፍቅር መታነጽና መያያዝ ጊዜው እንደሆነ አንዘንጋ፡፡ እውነተኛ ሪቫይቫል እንዲመጣም በአንድነት ሁሉም አማኝ ሕይወቱ ወደ ጸሎት መመለስ ከአምላኩ ጋር በግልም ሆነ በህብረት የዚህ የመጨረሻውን ዝናብ በጸሎት የሚጠብቅ አንድነትና ፍቅር መያያዝ እንደሚፈለግብን አንዘንጋ፡፡ እንደ ቃሉ እሺ ወደ ማለትና ወደ መታዘዝ እንመለስ እንጂ የሰላም አምላክ ከእኛ ጋር ይሆናል፡፡

መንፈሳዊ ውጊያና የተቃውሞ ጸሎት

ለመንፈሳዊ የውጊያ ጸሎት የሚጸልዩ ሁሉ ማወቅ ያለባቸው መሰረታዊ መርህ በኢየሱስ ክርስቶስ ደም ነፅቶ የጽድቅና ቅድስና ህይወት እውነተኛ የድል መንገድ መሆኑን ነው፡፡ (ሉቃስ 1:74-75፤ 1ኛ ዮሐ. 1:7) "አንደበቱን ሳይገታ፣ ልቡን እያሳተ ሃይማኖተኛ ነኝ የሚል ሰው፣ ራሱን ያታልላል፤ ሃይማኖቱም ከንቱ ነው፡፡ በእግዚአብሔር አብ ፊት ንጹሕና ነውር የሌለበት ሃይማኖት ይህ ነው፤ ወላጆቻቸው የሞቱባቸውን ልጆችና ባሎቻቸው የሞቱባቸውን ሴቶች በችግራቸው መርዳትና ከዓለም ርኩሰት ራስን መጠበቅ ነው፡፡" (ያዕ. 1:26-27) "አመንዝሮች ሆይ፤ ከዓለም ጋር ወዳጅ መሆን የእግዚአብሔር ጠላት መሆን እንደሆነ አታውቁምን? ስለዚህ የዓለም ወዳጅ መሆን የሚፈልግ ሁሉ የእግዚአብሔር ጠላት ሆኖአል፡፡" (ያዕ. 4:4) እዚህ ላይ ጌታችን ኢየሱስም እንዲህ በማለት ይነግረናል፦ "የዚህ ዓለም ገዥ ስለሚመጣ ከእንግዲህ ወዲህ ከእናንተ ጋር ብዙ አልናገርም። እርሱም በእኔ ላይ ሥልጣን የለውም፤" (ዮሐ. 14:30) መንፈሳዊ ውጊያ የሚያደርጉ ጸላዮች ሊያውቁት የሚገባው መርህ ይህ እውነት ነው፡፡ ለዚህም ነው እግዚአብሔር ቃል "በተረፈ በጌታና በኃይሉ ችሎት የበረታችሁ ሁኑ ፡፡ የዲያብሎስን ሽንገላ ትቃወሙ ዘንድ፣ የእግዚአብሔርን ጦር ዕቃ ሁሉ ልበሱ፡፡" (ኤፌ. 6:10-11) ይህ ውጊያ ሥጋዊና ሰዋዊ ስላልሆነ መንፈሳዊ መረዳት ሙሉ በሙሉ በጌታ በኢየሱስ ስም መታመን የሚጠይቅ እውነት እንደሆነ መረዳት ሊኖረም ይገባል፡፡ እርሱ ብቻ ነው የዚህ ዓለም እንከንና ጉድፍ የሌለበት ንፁህ ጌታ፡፡ ለዚህም ነው "በጌታና ብርቱ በሆነው ኀይሉ ጠንክሩ" የሚለን፡፡ እንዲሁም ሐዋሪያው ያዕቆብ እንዲህ ይላል "እንግዲህ ራሳችሁን ለእግዚአብሔር አስገዙ፤ ዲያብሎስን ተቃወሙት፤ ከእናንተም ይሸሻል፡፡ ወደ እግዚአብሔር ቅረቡ፤ እርሱም ወደ እናንተ ይቀርባል። እናንተ ኀጢአተኞች እጃችሁን አንጹ፤ እናንተ በሁለት ሐሳብ የምትዋልሉ ልባችሁን አጥሩ፡፡" (ያዕ. 4:7-8)

እዚህ ላይ ዲያቢሎስን በረከሰና ባልፀዳ አንደበትና አፍ ቢጮሁበት አይፈራም፡፡ ጆን ዊስሊን በግል ለጸሎት ሕይወቱና ለአገልግሎቱ ውጤታማ ስላደረገው እንዲህ ይላል፡- “የኢየሱስ ጽድቅና ቅድስና በደሙ ተረጭተን የጽድቅን ጥሩር ለብሰን በድል አድራጊው ስሙ በአሸናፊነት የምንጓዝበት ጦርነት ነው፡፡” ዶክተር አንደርሰን ደግሞ በዲጅ ብሬከር በሚለው መጽሐፉ ላይ “በክርስቶስ ደም ከርግማን ነጻ ወጥተህ በሕይወትህ ያልተወገደ እስራት የድሉን ሕይወት እንዳትለማመድ ያደርግሃል፡፡” ይላል፡፡ እዚህ ላይ ማንኛውም መርገምና ኲነኔ በኢየሱስ ክርስቶስ በመስቀል ላይ በፈሰሰው ደም በማመን ንስሓ ገብቶ በመናዘዝ ይወገዳል እንጂ መርገምንና ኲነኔን የእኛ የድምጽ እየጮኽን መናገር አያስወግደውም፡፡ ለዚህም ነው ዶክተር አንደርሰን ጌታችን ኢየሱስ በደሙ መርገምን ከአንተ ወስዶ ጸጋው በእምነት አድኖሃል፤ የታሰርህበትን ልማድህን ግን በእግዚአብሔር ቃል እውነትና በውሳኔ ሕይወትህን መምራት ይጠበቅብሃል የሚለው፡፡ ሐዋርያው ዮሐንስም እንዲህ ይላል፡- <ዓለምን ወይም በዓለም ያሉትን አትውደዱ፤ በዓለም ያለው ሁሉ እርሱም የሥጋ ምኞትና የዓይን አምሮት ስለ ገንዘብም መመካት ከዓለም ስለ ሆነ እንጂ ከአባት ስላልሆነ፥ ማንም ዓለምን ቢወድ የአባት ፍቅር በእርሱ ውስጥ የለም። ዓለሙም ምኞቱም ያልፋሉ፤ የእግዚአብሔርን ፈቃድ የሚያደርግ ግን ለዘላለም ይኖራል። > (1ኛ ዮሐ. 2፡15-17)

ዶክተር ቴማሲ ስለ መንፈሳዊ ውጊያ በጻፈው መጽሐፉ <አዕምሮውና ልቡ በዚህ ዓለም ነገር የተያዘ ሰው የእግዚአብሔርን ፈቃድ ሳይሆን የሰይጣን ዲያብሎስ እስራት ስላለበት መንፈሳዊ ውጊያ ማድረግ አይችልም፡፡ ምክንያቱም ዓለምንና እግዚአብሔርን በአንድ ላይ አጣምረን መውደድ አንችልም> በማለት ይገልጸዋል፡፡ የተጠራንበት ሕይወት ከአሸናፊዎች የሚበልጥ በዓለም ካለው በእኛ ውስጥ ያለው ታላቅና ዓለምን ያሸነፈ ጌታ ሆኖ ሳለ አማኞች ይህን እውነት እንዳይለማመዱ ያደረጋቸው ዓለምን በመውደድ ባለመለወጥ ያለ እስራት ነው ይላል፡፡ የእግዚአብሔር ቃል እንዲህ ይላል፡-

"የሥጋን ነገር ማሰብ ሞት ነው፤ የመንፈስን ነገር ማሰብ ግን ሕይወትና ሰላም ነው:: ለኃጢአት የተገዛ አእምሮ ከእግዚአብሔር ጋር ጠበኛ ነው፤ ለእግዚአብሔር ሕግ አይገዛም፤ መገዛትም አይችልም:: በሥጋ የሚመሩትም እግዚአብሔርን ማስደሰት አይችሉም::" (ሮሜ 8:6-8) ለዚህም ነው ጌታን ካመኑና ከተቀበሉት በኋላ ሥጋውያን ክርስቲያኖች መልሰው የሰይጣን ዲያብሎስ መሣሪያ የሚሆኑት:: (ሮሜ 8:3፤ 1ኛ ቆሮ. 3:1-4) ይህ እውነት ዛሬም በቤተሰብ በአብያተ ክርስቲያናት የምናየው መለያየትና መከፋፈል ሥጋውያን ለዚህ ዓለም ምኞት ያልሞቱ መንፈሳዊ ውጊያ የሚያደርጉትን በሥጋ ከንድ የሚዋጉና የሚቃወሙ ናቸው:: መንፈሳዊ ጦርነትና ውጊያን የሚያደርጉ የጸሎት ህብረት የሚያገለግሉ ከዚህ የፀዱ መሆን ይኖርባቸዋል፡፡ እዚህ ላይ ስለ መንፈሳዊ ውጊያ ልናስተውል የሚገባን ውጊያው መንፈሳዊ እንጂ ሥጋዊና ሰዋዊ እንዳልሆነ ነው:: እንደ ሥጋ ፈቃድ እየኖሩ መንፈሳዊ ድልና ውጊያን ማድረግ አይቻልም:: መጀመሪያ ራስን በእግዚአብሔር ፈቃድ ማስገዛት የሚጠይቅ እንደሆነ እንዘንጋ:: መንፈስን በመንፈስ እንጂ መንፈስን በሥጋ ጦርነት ድል ማድረግ ስለማይቻል በጌታና በኃይሉ ችሎት መታመንና መደገፍ ያዋጣናል::

ለመንፈሳዊ ውጊያ መሰረታዊ መርሆች

እነዚህ መርሆች በመጽሐፍ ቅዱስ ላይ የተመሰረቱ ስለሆኑ እነዚህን መርሆች የተከተሉ የጸሎት ሰዎች በድልና በሪቫይቫል ፣ በተሓድሶና በመንፈሳዊ እንቅስቃሴ የእግዚአብሔር ኃይልም በጠላት ላይ ሲገልጽ፣ ነፍሳትም ለጌታ ሲማረኩ አይተዋል:: ዛሬም በዚህ እውነት እየተጠቀሙ ያሉ ሁሉ የሚያረጋግጡት ዕውነት ነው::

1. ሥጋን በመንፈስ ለመግደል መዘጋጀት፤ (ሮሜ 8:13)

2. ውጊያው መንፈሳዊ እንደሆነ መረዳት፤ (2ኛ ቆሮ. 10:3)

3. ፈቃዳችንን ለእግዚአብሔር ፈቃድ ማስገዛትና መታዘዝ፤ (ሐዋ. 5፡32፤ ማቴ. 7:21)

4. ከጌታ የተቀበልነውን ቅባት በቂና ድል አድራጊ እንደሆነ መታመን፤ (1ኛ ዮሐ. 2፡27፤ ዮሐ. 16:33)

5. የሰይጣን ዲያብሎስ ማሸነፊያው የኢየሱስ ስም ብቻ እንደሆነ መረዳት፤ (ዕብ 2:14-15)

6. በበጉ ደም ድል ለማድረግ እንደተጠራን መረዳት፤ (ራእይ 12:11)

7. ለዓለምና ለሥጋ ፈቃድ ላለመኖር የራሳችንን ፈቃድ በመስቀል ላይ መስቀል፤ (ገላ. 6:14)

8. የዲያብሎስ ሥራን ኢየሱስ ብቻ እንዳፈረሰው መረዳት፤ (1ኛ ዮሐ. 3፡8፤ ራእይ 1:18-19)

9. እባብና ጊንጡን ለመርገጥ ስልጣን እንደተቀበልን መገንዘብ ፤ (ሉቃስ 10:19)

10. ዓለምንና ክፉውን ያሸነፍንበት እርሱን በማመናችን የተገኘ እንደሆነ ማመን፤ (1ኛ ዮሐ. 5፡4-5)

እነዚህን በአየር ላይ የሚሠሩት የክፉት መንፈሳዊ ሠራዊት መጽሐፍ ቅዱሳዊ እውቀት በመያዝ ልንቃወማቸውና ልንዋጋቸው ይገባል፡፡ እስኪ የእነዚህን ክፉና ሰይጣን ዲያብሎሳዊ ሥራቸውን እንመልከት :-

1. ይህ መንፈስ በአየር ላይ ያለ አለቃ ነኝ የሚል መንፈስ እንደሆነ ይናገራል፡፡ (ኤፌ. 2:2)

- ይህ መንፈስ የሚሠራውና የጦር ዕቃው ኃጢአትና በደል ማሰራት ነው፡፡ (ኤፌ. 2:1-2)

- በኃጢአት ምክንያት ሙታን ማድረግ ነው፡፡ (ኤፌ. 2፡1-2)
- ለእግዚአብሔር እንዳንታዘዝ በአየር ላይ ላለው አለቃ መንፈስ እንድንታዘዝ ማድረግ ነው፡፡ (ኤፌ. 2፡1-2)
- የሚፈልገው ለእግዚአብሔር ፈቃድ ሳይሆን በአየር ላይ ላለው አለቃ ፈቃድ መታዘዝ ነው፡፡ (ኤፌ. 2፡1-2)
- ራስን ከፍ ከፍ በማድረግ በትዕቢት ሞልቶ ወደ ውርደት የሚወስድ ነው፡፡ (2ኛ.ተሰ. 2፡4)
- በሥጋ ምኞትና የራሳችንን ፈቃድ በማድረግ የሚሠራ ነው፡፡ (ኤፌ. 2፡3፤ 1ኛ ዮሐ. 2፡15-17)

2. በዚህ ዓለም ነገር የሚያታልልና የሚሸነግል፤ (ኤፌ. 6፡11)

- በውሸት ይሸነግላል፤ (ዘፍ. 3፡3፤ ዮሐ. 8:44)
- በገንዘብ ፍቅር ይሸነግላል፡፡ (ሉቃስ 22:3፤ 1ኛ ጢሞ. 6:9-10)
- በዓይን አምሮትና በሥጋ ምኞት ይሸነግላል፡፡ (ዘፍ. 3:6)
- በስርቆት በማታለል ይሰራል፡፡ (ዮሐ. 10:8)
- በክህደትና በመዳራት ይገድላል፡፡ (2ኛ ጴጥ. 2:1-3)
- ዓለምን በመውደድ ያጠፋል፡፡ (2ኛ ጢሞ. 4:10)
- ሰማያዊ የሆነውን በማስጣል ምድራዊ ነገሮችን ያለማምዳል፡፡ (ዕብ. 6:4-6)

ይህ በአየር ላይ ያለው አለቃ እንዴት ጸሎታችንን እንደሚቋቋም በትንቢተ ዳንኤል ምዕራፍ 10:1-3 እንመልከት፡-

ወደ እግዚአብሔር የሚቀርብ ጸሎት

1. ለመጾምና ለመጸለይ በጀመረበት ጊዜ ጾምና ጸሎቱን እንዲያቋርጥ መንፈሳዊ ውጊያን በራእይ አሳየው፤ (ዳን. 10:1)

2. በዚያም ወራት በጾምና ጸሎት ለሦስት ሳምንት እግዚአብሔር እንዳልሰማው መልሱን በማዘግየት እንዲያዝን አደረገው፤ (ዳን. 10:2)

3. ዳንኤል የራሱን ሥጋ በመጎሽም ማለፊያ ምግብና ሥጋን ጠጅም ዘይትም ሳይቀባ ጾምና ጸሎቱን በእምነትና በትእግስት ቀጠለ፡፡ ውጊያው በአየር ላይ ያለ መንፈሳዊ ውጊያ እንደሆነ ተረዳውና አወቀው፡፡ (ዳን. 10:3)

4. ዳንኤል መንፈሳዊ ውጊያውን በመረዳት ሲቀጥል ጌታን በክብሩ ማየት ጀመረ፡፡ (ዳን. 10:4-6)

5. ዳንኤል ራሱን በጾምና ጸሎቱ እያለ እግዚአብሔርን በራእይ ማየት ጀመረ፡፡ (ዳን. 10:7)

6. በሥጋው ጾምና ጸሎት እየደከመ በመንፈሱ እየበረታ በሰማያዊ ራእይ እየተሞላና እያየ መጣ፡፡ (ዳን. 10:8)

7. ዳንኤል በጾምና ጸሎቱ ጊዜ የእግዚአብሔር ቃል መጣለት፤ እርሱም ስለ ቃሉ ለእግዚአብሔር ክብርን ሰጠ፡፡ (ዳን. 10:9)

8. የሚያበረታና የሚያቆም የእግዚአብሔር እጅም መጣችለት፡፡ (ዳን. 10:10-11)

9. የተወደድህ ዳንኤል ሆይ ጾምና ጸሎትህ ተሰምቷል የሚል መልስ መጣለት፡፡ (ዳን. 10:12)

10. በአየር ላይ ጾምና ጸሎቱን የተዋጋውን አለቃ መንፈስ ድል ተነስቷል፣ ተሸንፏል አለው:: (ዳን. 10:13)

እዚህ ላይ ዳንኤል ጾምና ጸሎቱን በአየር ላይ ያለውን ጦርነት አይቶ ቢያቆም የድሉ ባለቤት አይሆንም ነበር:: ሰይጣን በአየር ላይ ሆኖ የሚጠቀመው መንፈሳዊ ውጊያ ሰዎች ፀንተው የእግዚአብሔርን ነገር እንዳይዙ ለማድረግ ነው::

1. ስለሆነም ወጀብና ማዕበል በማስነሳት ሁኔታዎችን ይጠቀማል:: (ኢዮብ 1:18-19፤ ማር. 4:35-41)

2. ሰይጣን እስራኤልን ለመጉዳት በዳዊት እንደመጣ እንዳይጠቀምብን (1ኛ. ዜና. 21:1)

3. ለእግዚአብሔር ለእኛም ያዘነ መስሎ ከመስቀሉ ሥራ እንዳያወጣን መጠንቀቅ አለብን:: (ማቴ. 16:22-23)

4. እንደ ይሁዳ ጌታን ለህይወት እንጂ ለጥቅምና ለገንዘብ እንደሸጠው ሃሳባችንን እንዳይቆጣጠር አንፍቀድለት:: (ሉቃስ 22:3፤ ዮሐ. 13:2)

5. አስመሳይነቱንና አታላይነቱን እንዳንረሳ መጠንቀቅ አለብን:: (ማቴ. 24:24፤ ራዕይ 13:13)

6. አለቃና ገዥ መናፍስት እንዳሉ በማወቅ በጌታ በእኛ እግር ሥር እንደጣላቸው ማመንና ማወቅ አለብን:: (ኤፌ. 6;11-13)

7. የእግዚአብሔርን ሕዝብ በማስፈራራት የሚያስጨንቁ የተሸነፉ ናቸው:: (1ኛ ሳሙ. 17:11፤ 46-47)

8. በእግዚአብሔር ሃሳብ ላይ በሰው ሃሳብ በመምጣት የሚያሳምፁ ናቸው፡፡ (ማቴ. 16:22-23፤ 2ኛ 1ቆሮ. 10:3-6)

9. እነዚህን አለቃ መናፍስት እንድንበቀላቸው የተቀባ ኢየሱስ በእኛ ውስጥ ስላለ በእምነት በስሙ እናሸንፋቸዋለን፡፡ (መዝ. 149:7-9፤ ኤፌ. 6:12)

መንፈሳዊ ውጊያና ጦርነት እያወቅንና እየተረዳን ስንመጣ ከፈራነውና ከሁኔታዎች በላይ በእግዚአብሔር መለኮታዊ ኃይሉ፣ ማዳኑና ጥበቃው ላይ የምንታመን እንሆናለን፡፡ የእኛን ችሎታና ኃይል በእግዚአብሔር ፊት በትሕትና መዋረድንና ለእርሱ ክብር ሥጋና ነፍስን ሁሉ በማስማረክ እናንበረከካለን፡፡

የይሁዳ ንጉሥ ኢዮሳፍጥ የሞዓብ፣ የአሞንና ከባሕር ማዶ ከሶርያ ታላቅ ሠራዊት መጥቶብሃል ባሉት ጊዜ “እጅግ ስለ ፈራ እግዚአብሔርን ለመፈለግ ፊቱን አቀና፤ በይሁዳም ሁሉ ጾም ዐወጀ፡፡ የይሁዳ ሕዝብም የእግዚአብሔን ርዳታ ይሻ ዘንድ በአንድነት ተሰበሰበ፤ ከይሁዳ ከተሞች ሁሉም እግዚአብሔርን ለመፈለግ መጡ፡፡” (2ኛ ዜና. 20:3-4) እግዚአብሔር እኛ እርሱን ለመፈለግ ስንነሳና ስንጸልይ እግዚአብሔር የሕዝቡን ጠላቶች ድብቅ ጦርን በመላከ ጠላቶቻችንን ይጥላቸዋል፡፡ መንፈሳዊ ውጊያና ጦርነት ሞኝነት ስለሚመስል በብልጠትና በጮሌነት ለሚሄዱ ሰዎች ፈጽሞ ሊገባቸው አይችልም፡፡ ኢዮሳፍጥ ንጉሥ ነው፤ የራሱን ከንድና ሠራዊት ከመታመን በእግዚአብሔር ፊት በጾምና ጸሎት፣ በምስጋና፣ በዝማሬና በአምልኮ ለእግዚአብሔር ማቅረብን መረጠ፡፡ በዚህም የድሉ ባለቤት እንዲሆን እግዚአብሔር ሰልፉ የእኔ ነው እናንተ በእምነት ፀንታችሁ ቁሙ በማለት በነቢያት መንፈስ ተናገራቸው፡፡ በዚህን ጊዜ ንጉሡ ኢዮሳፍጥ እንዲህ አለ፦ “ይህን ጦርነት የምትዋጉት እናንተ አይደላችሁም፤ ይሁዳና ኢየሩሳሌም ሆይ፤ ቦታ ቦታችሁን ያዙ፤ ጸንታችሁ ቁሙ፤ እግዚአብሔር የሚሰጣችሁንም ማዳን እዩ፡ ፡ አትፍሩ፤ አትደንግጡም፤ ነገውኑ ውጡና ግጠሙአቸው፤ እግዚአብሔርም ከእናንተ

ጋር ይሆናል፡፡ ኢዮሣፍጥ በግምባሩ ወደ መሬት ተደፋ፤ የይሁዳና የኢየሩሳሌምም ሕዝብ ሁሉ በእግዚአብሔር ፊት ወደቁ፤ ሰገዱም፡፡ ከቀዓትና ከቆሬ ወገኖች ጥቂት ሌዋውያንም ቆመው፣ እጅግ ከፍ ባለ ድምፅ የእስራኤልን አምላክ እግዚአብሔርን አመሰገኑ፡፡" (2ኛ. ዜና. 20:17-19) "በማግሥቱ ጠዋት በማለዳ ተነሥተው ወደ ቴቁሔ ምድረ በዳ ሄዱ፡፡ መንገድ እንደ ጀመሩም ኢዮሣፍጥ ቆሞ፣ "ይሁዳና የኢየሩሳሌም ሕዝብ ሆይ፣ አድምጡኝ! በአምላካችሁ በእግዚአብሔር እመኑ፤ ትጸኑማላችሁ፡፡ በነቢያቱም እመኑ፤ ይሳካላችሁማል" አላቸው፡፡ ከሕዝቡም ጋር ከተመካከረ በኋላ ከሠራዊቱ ፊት ቀድመው በመሄድ፣"እግዚአብሔርን አመስግኑ፣ ፍቅሩ ለዘላለም ጸንቶ ይኖራልና" እያሉ ለእግዚአብሔር የሚዘምሩና ስለ ቅድስናውም ክብር የሚያወድሱ ሰዎችን መደበ፡፡ መዘመርና ማወደስ እንደ ጀመሩም፣ እግዚአብሔር ይሁዳን በወረሩት በአሞን፣ በሞዓብና በሴይር ተራራ ሰዎች ላይ ድብቅ ጦር አመጣባቸው፤ ተሸነፉም፡፡" (2ኛ. ዜና. 20:20-22)

እንግዲህ እዚህ ላይ ለመንፈሳዊ ውጊያ የምንዘጋጅ ሁሉ ይህ ንጉሥ የወጣበትን የጦር ስልት ተመልከቱ በጠላት ሠራዊት ፊት የእግዚአብሔርን ምህረትና ማዳን በመተማመን በዝማሬ፣ በአምልኮ፣ በጾምና በጸሎት በአምላኩ በእግዚአብሔር ፊት ሲሆን የድሉ ባለቤት እንዳደረገው እግዚአብሔር ቃል ይነግረናል፡፡ በየዘመናቱ ጠላት የእግዚአብሔርን ሕዝብ መዋጋቱ የማይቀር እውነት ነው፡፡ ነገር ግን የእግዚአብሔር ሕዝብ መንፈሳዊ ውጊያ መልመድ አለበት፡፡ በተለይ እኛ የአዲስ ኪዳን አማኞች ውጊያችን ከሥጋና ደም ጋር እንዳልሆነ ማወቅና መርዳት አለብን፡፡ እስኪ ሙሴ በጸሎት እጁን ሲያነሳ ያገኙት የነበረውን ድል በእግዚአብሔር ቃል እንመልከት፡- "ሙሴ እጆቹን ወደ ላይ በሚያነሣበት ጊዜ ሁሉ እስራኤላውያን ድል ያደርጉ ነበር፡፡ እጆቹን ባወረደ ጊዜ ግን አማሌቃውያን ያሸንፉ ነበር፡፡ የሙሴ እጆች እየዛሉ በሄዱ ጊዜ ድንጋይ ወስደው ከበታቹ አደረጉ፤ እርሱም ተቀመጠበት፤ አሮንና ሖርም አንዱ በአንዱ በኩል ሌላውም በሌላ በኩል ሆነው እጆቹን ወደ ላይ ያዙ፡፡ ይኸውም እጆቹ ፀሐይ እስክትጠልቅ ድረስ

ጸንተው እንዲቆዩ ነው፡፡ ስለዚህ ኢያሱ የአማሌቃውያንን ሰራዊት በሰይፍ ድል አደረገ፡፡" (ዘጸ. 17፡11-13)

እዚህ ላይ መገንዘብ ያለብን ሪቫይቫልና ጸሎት በእግዚአብሔር ፊት መውደቅና እርሱን መፈለግ ሲጀመር ሰይጣን ዲያብሎስ የተጀመረውን መንፈሳዊ መነቃቃት ለማጥፋትና ለመበረዝ ይታገላል፡፡ በእውነተኛ ሪቫይቫል ጸሎት ሰዎች ንስሐ ገብተው ወደ እግዚአብሔር መንግስት ስለሚፈልሱ የሰይጣን ዲያብሎስ መንግስቱም መፈራረስ ስለሚጀመር መንፈሳዊ ውጊያውን ማጧጧፍ ይጀምራል፡፡ ይህንንም በሰሜን አሜሪካ የሪቫይቫል አባት የተባሉት ጆናተን ኤድዋርድ ይናገራሉ፡፡ ሰይጣን የብርሃን መልአክ መስሎ መልኩን እየለዋወጠ ጦርነት ይከፍታል፡፡ በእነዚህ ጊዜ ነው የሪቫይቫል ጸሎት የሚጸልዩ ሁሉ ፀንተው በጸሎትና በእግዚአብሔር ፊት መቆም ያለባቸው፡፡ እውነተኛ ሪቫይቫል ጸሎት በሚካሄድባቸው ስፍራዎች ሁሉ የእግዚአብሔር ሙሉ መገኘት ስለሚኖር ሰይጣን ዲያቢሎስ በማስመሰል የሰዎችን ስሜትና ሁከት በመጠቀም እንዳይሠራ መንፈሳዊ መለየትና በቃሉና በመንፈስ ቅዱስ መመራት ለቤተ ክርስቲያን አማራጭ የሌለው እውነት ነው፡፡ የእግዚአብሔር ክብር መስጠትንና እርሱን መራብና መፈለግ ሪቫይቫል ጸሎት ፀንቶ ማድረግን ያለ ምንም መዘንጋት ሊደረጉ ይገባል፡፡ እውነተኛ ሪቫይቫልና ጸሎት ሰዎች በተሰበረ መንፈስ ወደ እግዚአብሔር በንስሐ የሚመለሱበት የእግዚአብሔር መክበር ደስታቸው እርካታቸው ሆኖ የሚያዩበት ጊዜ እንደሆነ አንዘንጋው፡፡

መንፈሳዊ ውጊያን ለመዋጋትና ለክህነት ተጠርተናል

እግዚአብሔር በብሉይ ኪዳን ይሁን በአዲስ ኪዳን እርሱን በመወከል የሚቆሙለትን ጠርቶ ቀድሶ ያቆማል፡፡ በብሉይ ኪዳን የሌዊን ዘር መርጦ ሕዝቡን በመወከል እንዲማልዱና በፊቱ እንዲቆሙ ያደርጋቸው ነበር፡፡ ይህም የክህነት አገልግሎት

የሚቀበሉት ከእግዚአብሔር ከአምላካቸው ነው፡፡ (ዘኍ. 25:10፤ ዕብ. 5:1) እነርሱም በማደሪያው ድንኳን የሚያገለግሉ ናቸው፡፡ ይህም የክህነት አገልግሎት ከሌዊ ዘር የተወለደ መሆን ነበረበት፡፡ (ዘጸ. 28:1-5) እነዚህ ካህናት በእግዚአብሔርና በሕዝቡ ፊት የሚቆሙት ከሌዊ የተወለዱት እነአሮን ነበሩ፡፡ እኛም በክርስቶስ ደም ከኃጢአት ነፅተን በመንፈስ ቅዱስ ዳግም የተወለደን ሁሉ (ዮሐ. 3:3-5) የንጉሥ ካህናት ቅዱስ ሕዝብ አድርጎ እንደጠራን በተጠራንበት መጠራት መቆምና እርሱን ተከተን የክህነት ኃላፊነታችን ልንወጣ ይገባል፡፡ (1ኛ ጴጥ. 2:9፤ ራእይ 1:6)

እግዚአብሔር በብሉይ ኪዳን ሕዝቡን እንደ ካህን መንግሥት ቆጥሮት ነበር፡፡ (ዘጸ. 19:1-6) ሆኖም ጥጃ በመሥራት ጣዖት ሲያመለኩ በሕዝቡ ላይ ጨክኖ የሌዊን ወገን መርጦ (ዘጸ. 32:1-6፤ 28:1-5) ይህም ወገን የአዲስ ኪዳን እውነተኛ የዘለዓለም ካህን የሆነው ጌታችን ኢየሱስ እስኪመጣ የቀጠለ ሥርዓት እንደ ነበረ እናውቃለን፡፡ አሁን ግን ለእግዚአብሔር ምስጋናና ክብር ይሁንና በክርስቶስ ደም ከኃጢአት ነፅተው በእምነት የጸደቁት ሁሉ የካህናት መንግሥት እንዲሆኑ ዳግም ተወልደዋል፡፡ ለዚህም ነው በአዲስ ኪዳን ግን በሊቀ ካህናችን በክርስቶስ ሥራ ሁላችንም ያለ ምንም ልዩነት ካህናት ልንሆን የተመረጥነው፡፡ እኛም ለዚህ የተጠራን ሁሉ ሰውነታችንን ቅዱስ ሕያው መሥዋዕት በማድረግ እያቀረብን (ሮሜ 12:1-2) ለመማለድና ለመጸለይ የተዘጋጀን መሆን አለብን፡፡ ይህም አገልግሎት ለራስ ኑሮ መሞትን ለሌሎች ለመኖር ወስኖ መቆምን የሚጠበቅብን የክህነት አገልግሎት ነው፡፡

እንግዲህ ይህን የክህነት አገልግሎት ችላ እንዳንል መጠንቀቅ ይኖርብናል፡፡ ነቢዩ ሳሙኤል መጸለይን በመተው እግዚአብሔርን እበድል ዘንድ ከእኔ ይራቅ ይላል፡፡ " ሰው ሆይ፤ መልካም የሆነውን አሳይቶሃል፤ እግዚአብሔር ከአንተ የሚፈልገው ምንድን ነው? ፍትሕን ታደርግ ዘንድ፣ ምሕረትንም ትወድድ ዘንድ፣ በአምላክህም ፊት በትሕትና ትራመድ ዘንድ አይደለምን?" (ሚክ. 6:8) በማለት የትሁቱን ጌታችን መርህና ፈለግ

እንድንከተል የእግዚአብሔር ቃል ይመክረናል፡፡ የሚማልዱና የሚጸልዩ ካህናት ትሁቶችና ርህሩዎች መሆን የጌታችን ኢየሱስ ክርስቶስ ባህርይ እንደሆነ በመረዳትና በማወቅ ልናደርገው ይገባል፡፡

ጸሎት እንደ ቤተሰብ

ጸሎት እንደ ቤተሰብ እንደ ግል የሚለውን ስለ ጥሞና ጊዜ በሚለው ምዕራፍ እንመለከተዋለን፡፡ እግዚአብሔር ሰውን ከፈጠረ በኋላ እንደ ግልም እንደ ቤተሰብም፤ ከዚያም በህብረትም እርሱን እንዲያውቅና እንዲያመልከው ከእርሱ ጋር ህብረት እንዲኖረው በአምሳሉ የፈጠረው ሰውን እንደሆነ አንርሳ፡፡ (ዘፍ. 1፡26) እግዚአብሔርን በመምሰል በአሁኑ ዘመን እንድንኖር ይፈልጋል፡፡ (ቲቶ 2:13) "አብርሃም በእውነት ታላቅና ብርቱ ሕዝብ ይሆናል፤ የምድር ሕዝቦችም ሁሉ በእርሱ ይባረካሉ፡፡ ትክክለኛና ቀና የሆነውን በማድረግ የእግዚአብሔርን መንገድ ይጠብቁ ዘንድ ልጆቹንና ከእርሱ በኋላ ቤተ ሰቦቹን እንዲያዝ መርጬዋለሁ፤ ይኸውም እግዚአብሔር ለአብርሃም የሰጠው ተስፋ ሁሉ እንዲፈጸም ነው፡፡" (ዘፍ. 18፡18-19) አብርሃም እንደ ቤተሰብ እግዚአብሔር የመሰከረለትን ተመልከተናል፡፡ እስኪ ለሌሎች ስለመማለድም የእግዚአብሔር ቃል አብርሃም ስለ ሰዶምና ገሞራም ስለ ሎጥና ቤተሰቡም ሲማልድ እንደ ነበር ከአምሳ ሰው እስከ አስር ሰው ቢኖርስ ትምራለህ እያለ በእግዚአብሔር ፊት ስለ ሌሎችም የሚማልድና በእግዚአብሔር ፊት የሚቆም ለኃጢአተኛው ምህረትን የሚለምን እንደ ነበር የእግዚአብሔር ቃል ይናገራል፡፡ (ዘፍ. 18፡22-23፤ 189:29)

እንዲሁም ኢያሱ እንደ ቤተሰብ እኔና ቤቴ እግዚአብሔር እናመልካለን፣ እናገለግላለን በማለት ከመቶ ዓመት በላይ አብሮት የኖረውንና ያገለገለውን ሕዝብ በዕድሜው መጨረሻ እርሱና ቤተሰቡ እግዚአብሔርን እንደሚያመልኩ ተናግሯል፡፡ (ኢያሱ 24:15) እንዲሁም ኢያሱ፣ ሙሴና አሮን ለሕዝቡ ሲማልዱ ከካሌብ ጋር በመሆን ልብሱን በመቅደድ አብሮ በመማለድ የእግዚአብሔር ተስፋ ቃል የተናገረ፤ ለሌሎችም የሚማልድ የነበረ አገልጋይ ነው፡፡ (ዘኍ. 14:4-7፤ ዘጸ. 33:11) እንደ ቤተሰብ ለሌሎችም የመማለድ የመጸለይ ህይወት ለትምህርታችን እንዲሆኑ ነው ጥቂቶችን እየጠቀስን ነው ያየነው፡፡ ነቢዩ ኢሳይያስ "ፊቱን ከያዕቆብ ቤት የሸሸገውን እግዚአብሔርን እጠብቃለሁ፤

እርሱንም ተስፋ አደርጋለሁ፡፡ እነሆ፤ እኔና እግዚአብሔር የሰጠኝ ልጆች በጽዮን ተራራ ከሚኖረው ከሰራዊት ጌታ ከእግዚአብሔር ለእስራኤል ምልክትና ድንቅ ነን፡፡" (ኢሳ. 8፡ 17-18) በማለት እንደ ቤተሰብ ብቻ ሳይሆን ለሕዝብም "እናንተ የያዕቆብ ቤት ሆይ፤ ኑ፤ በእግዚአብሔር ብርሃን እንመላለስ፡፡" (ኢሳ. 2፡5) እያለ የሚናገርና የጸሎት ሰው ነበር፡፡

እንዲሁም ወንጌላዊ ፊልጶስ እርሱና ቤተሰቡ እግዚአብሔር የሚያመልኩና የሚያገለግሉ እንደ ነበሩ አዲስ ኪዳን ይናገራል፡፡ (ሐዋ. 21፡7-9) እንዲሁም ለሌሎች ነፍሳትም ማላጅና ሸከም እንደነበረው ቃሉ ያረጋግጥልናል፡፡ (ሐዋ. 8፡5-8) የወጣቱ ጢሞቴዎስ አያቱም እናቱም እንደ ቤተሰብ እግዚአብሔርን የሚያመለኩና የሚማልዱ የጸሎት ቤተሰብ እንደ ነበሩ ይነግረናል፡፡ (1ኛ ጢሞ. 1:5)

አሁን ባለንበት የሳይንስና ቴክኖሎጂ ጊዜ ሰይጣን ዲያብሎስ የኃጢአት መሳሪያዎቹን እንቢ ብለን እንደ ግልም እንደ ቤተሰብም እንደ ህብረትም የፈረሰውን መሠዊያ መሥራት ወደ ጸሎት ከአምልኮ ጋር ህብረትን ማጠንከር ይኖርብናል፡፡ በዘመናችን የብዙዎች አገልጋዮች እንደ ቤተሰብ የሚፈልገው የጸሎት መሠዊያ ፈርሷል፡፡ ኤልያስም ፈርሶ የነበረውን መሠዊያ ሠራ፤ የእግዚአብሔርም ስም ጠራ፤ እግዚአብሔርም በእሳት መለሰለት፡፡ ዛሬም እሳቱ እንዳይጠፋ ዕለት ዕለት በጸሎት መሠዊያው ይንደድ እላለሁ፡፡ (1ኛ ነገ. 18:30-40፤ ዘሌ. 6:12-13) የእግዚአብሔር ቃል "ልጅን የሚሄድበትን መንገድ አስተምረው፤በሚሸመግልበት ጊዜ ከዚያ ፈቀቅ አይልም፡፡" ይላል፡፡ (ምሳሌ 22:6) በአሁኑ ዘመን እናትና አባት በውጭ ሥራና አገልግሎት ባተሌዎች ከሆኑ እኛ ጸልየን ጸሎትን ካላስለመድን ማን ሊጸልይላቸውና ሊያስለምዳቸው ይችላል ብለን ነው የምንጠብቀው፡፡ እኛ ከቤት ካላስተማርናቸው በውጭ አፉን ከፍቶ የሚጠብቃቸው ከፉው እንዳለ አንዘንጋ እንጠንቀቅ፡፡

ጸሎት በህብረትና በቤተክርስቲያን

የእግዚአብሔር ቃል በብሉይና በአዲስ ኪዳን እግዚአብሔር ሕዝቡን እንደ ህብረት እንደሚፈልገው እንመልከት:- ‹በጽዮን መለከትን ንፉ፥ ጾምንም ቀድሱ፥ ጉባኤውንም አውጁ፥ ሕዝቡንም አከማቹ፥ ማኅበሩንም ቀድሱ፥ ሽማግሌዎቹንም ሰብስቡ፥ ሕፃናቱንና ጡት የሚጠቡትን አከማቹ፤ ሙሽራው ከእልፍኙ፥ ሙሽራይቱም ከጫጉላዋ ይውጡ። የእግዚአብሔርም አገልጋዬች ካህናት ከወለሉና ከመሠዊያው መካከል እያለቀሱ። አቤቱ፥ ለሕዝብህ ራራ፥ አሕዛብም እንዳይነቅፉአቸው ርስትህን ለማላገጫ አሳልፈህ አትስጥ፤ ከአሕዛብ መካከል። አምላካቸው ወዴት ነው? ስለ ምን ይላሉ? ይበሉ።(ኢዩኤል 2:15-17)

እንዲሁም የህብረት ጸሎትና ምልጃ ሲደረግ የጸሎቱ መሪ ያስፈልገዋል፡፡ የእግዚአብሔር ቃል ንጉሥ ሰሎሞን ሕዝቡ እጁን ወደ ሰማይ አንስቶ በጸሎት እንዲህ አለ:- “የእስራኤልም ጉባኤ ሁሉ እያዩ ሰሎሞን በእግዚአብሔር መሠዊያ ፊት ቆሞ እጆቹን ወደ ሰማይ ዘረጋ። እንዲህም አለ። የእስራኤል አምላክ አቤቱ፥ በላይ በሰማይ በታችም በምድር አንተን የሚመስል አምላክ የለም፤ በፍጹም ልባቸው በፊትህ ለሚሄዱ ባሪያዎችህ ቃል ኪዳንንና ምሕረትን የምትጠብቅ፥ ለባሪያህ ለአባቴ ለዳዊት የሰጠኸውን ተስፋ የጠበቅህ፤ በአፍህ ተናገርህ፥ እንደ ዛሬው ቀንም በእጅህ ፈጸምኸው። አሁንም የእስራኤል አምላክ አቤቱ። አንተ በፊቴ እንደ ሄድህ ልጆችህ መንገዳቸውን ቢጠብቁ፥ በእስራኤል ዙፋን የሚቀመጥ ሰው በፊቴ አታጣም ብለህ ተስፋ የሰጠኸውን ለአባቴ ለዳዊት ጠብቅ። አሁንም፥ የእስራኤል አምላክ ሆይ፥ ለባሪያህ ለአባቴ ለዳዊት የተናገርኸው ቃል፥ እባክህ፥ ይጽና። (1ኛ ነገ. 8:22-26) “ዕዝራ የእግዚአብሔርን ሕግ በማጥናትና በማድረግ፣ ለእስራኤልም ሥርዐቱንና ሕጉን በማስተማር ራሱን ፈጽሞ ሰጥቶ ነበር፡፡” (ዕዝራ 7:10) እንዲሁም አሞጽ “ስለዚህ እስራኤል ሆይ፤ እንደዚህ አደርግብሃለሁ፤እንደዚህም ስለማደርግብህ፣ እስራኤል ሆይ፤አምላክህን ለመገናኘት ተዘጋጅ፡፡” ይላል፡፡ (አሞጽ 4:12)

እዚህ ላይ በጉባዔና በህብረት መምራት የሚኖርባቸው መሪዎች ምን መምሰል እንዳለባቸው በእግዚአብሔር ፊትና በቃሉና በመንፈሱ የሚመሩ መሆን እንዳለባቸው ከላይ በተመለከትነው የእግዚአብሔር ቃል መረዳት እንችላለን፡፡ የህብረት ጸሎት በብሉይ ሆነ በአዲስ ኪዳን ቃሉ በሚገባ ይናገራል፡፡ “ቤቴ፣ ለሕዝቦች ሁሉ የጸሎት ቤት ተብሎ ይጠራል፡፡” (ኢሳ. 56፡6-7) (ማር. 11:15-19) የብሉይ ኪዳን ቤተመቅደሱ የጸሎት ቦታ እንደ ነበረ፤ እኛም በአዲስ ኪዳን አማኞች መቅደሱ ስለሆን ሕይወታችን በጸሎት የተሞላ እንዲሆን ይጠበቅብናል፡፡ ጌታችንም ቤቱ የጸሎት ቤት መሆን እንዳለበት ይናገራል፡፡ (ሉቃስ 19:45-46) ጌታችን ኢየሱስ በመንፈስ ቅዱስ ተሞልተን እርሱን እንድናመልከውና ሕይወታችን፣ ጉባዔያችን የጸሎትና እርሱን የማምለክ ጉባዔ እንዲሆን ያስፈልጋል፡፡ ሐዋርያትም በቤተመቅደስና በቤታቸውም ለጸሎት ይሰበሰቡና ይተጉ እንደ ነበር ቃሉ ይነግረናል፡፡ (ሐዋ. 2፡46፤ 3:1) የህብረት ጸሎት እግዚአብሔር እንደ አካል የሰጠውን ጸጋ የምንካፈልበት ቦታ ነው፡፡

እስኪ ከዚህ በመቀጠል በዚህ ህብረት ከነበሩት የጸሎት ነቢያት ጉባዔ የእግዚአብሔር ቃል የሚለውን እንመልከት፡- “እግዚአብሔር ኤልያስን በዐውሎ ነፋስ ወደ ሰማይ የሚወስድበት ጊዜ ሲደርስ፣ ኤልያስና ኤልሳዕ ከጌልገላ ተነሥተው ይጓዙ ነበር፡፡ ኤልያስም ኤልሳዕን፣ “እግዚአብሔር እኔን ወደ ቤቴል ልኮኛልና አንተ በዚሁ ቈይ” አለው፡፡ ኤልሳዕ ግን፣ “ሕያው፣ እግዚአብሔርን፣ በሕያው ነፍስህም እምላለሁ ካንተ አልለይም” አለው፡፡ ስለዚህ አብረው ወደ ቤቴል ወረዱ፡፡ በቤቴል የነበሩ የነቢያት ማኅበር ወደ ኤልሳዕ ወጥተው፣ “እግዚአብሔር፣ ጌታህን ኤልያስን ዛሬ ከአንተ ነጥሎ እንደሚወስደው አውቀሃልን?” አሉት፡፡ ኤልሳዕም፣ “አዎን ዐውቄአለሁ፤ እናንተ ግን ዝም በሉ” አለ፡፡ ከዚያም ኤልያስ፣ “ኤልሳዕ ሆይ፤ እግዚአብሔር እኔን ወደ ኢያሪኮ ልኮኛልና አንተ በዚሁ ቈይ” አለው፡፡ እርሱም፤ “ሕያው እግዚአብሔርን፣ በሕያው ነፍስህም እምላለሁ፤ ከአንተ አልለይም” ሲል መለሰ፡፡ ስለዚህ አብረው ወደ ኢያሪኮ ሄዱ፡፡ በኢያሪኮ የነበሩትም የነቢያት ማኅበር ወደ ኤልሳዕ ወጥተው፣ “ለመሆኑ እግዚአብሔር፣

ጌታህን ኤልያስን ዛሬ ከአንተ ነጥሎ እንደሚወስደው ዐውቀሃልን?" አሉት፡፡ እርሱም፣ "አዎን ዐውቄአለሁ፤ እናንተ ግን ዝም በሉ" ሲል መለሰ፡፡ ከዚያም ኤልያስ፣ "እግዚአብሔር እኔን ወደ ዮርዳኖስ ልኮኛልና አንተ እዚሁ ቈይ" አለው፡፡ እርሱም፣ "ሕያው እግዚአብሔርን፤ በሕያው ነፍስህም እምላለሁ፤ ከአንተ አልለይም" ሲል መለሰ፡፡ ስለዚህ ሁለቱም አብረው ሄዱ፡፡" (2ኛ ነገ. 2:1-6)

እዚህ ላይ ልብ ማለትና ማስተዋል ያለብን የሚጸልዩ ሰዎች የእግዚአብሔርን መንፈስ ድምጽ መረዳትና መለየት የሚችሉ እንደሆነ ለሚጸልዩ የጸሎት ህብረት መሪዎችና የጸሎቱ አገልጋዮችም በቃሉና በመንፈሱ መረዳት ያላቸውን ማደራጀት እንዳለብን ግልጽ የሆነን መመሪያ በዚህ ክፍል እንድናይ አድርጎናል፡፡ ከዚህ በመቀጠል ሌላም እንመልከት "ዳንኤልም ገብቶ ሕልሙን ይተረጕምለት ዘንድ ጊዜ እንዲሰጠው ንጉሡን ጠየቀው፡፡ ከዚህ በኋላ ዳንኤል ወደ ቤቱ ተመልሶ ለጓደኞቹ ለአናንያ፣ ለሚሳኤልና ለአዛርያ ነገሩን ገለጠላቸው፡፡ እርሱና ጓደኞቹ ከቀሩት የባቢሎን ጠቢባን ጋር እንዳይገደሉ፣ የሰማይ አምላክ ምሕረት ያደርግላቸውና ምስጢሩንም ይገልጥላቸው ዘንድ እንዲጸልዩ አሳሰባቸው፡፡ ለዳንኤልም ምስጢሩ በሌሊት በራእይ ተገለጠለት፤ ዳንኤልም የሰማይን አምላክ አመሰገነ፤ እንዲህም አለ፤"ጥበብና ኀይል የእርሱ ነውና፣ የእግዚአብሔር ስም ከዘላለም እስከ ዘላለም ይባረክ፡፡ ጊዜንና ወቅትን ይለውጣል፤ነገሥታትን በዙፋን ያስቀምጣል፣ደግሞም ያወርዳቸዋል፤ጥበብን ለጠቢባን፣ዕውቀትንም ለሚያስተውሉ ይሰጣል፡፡" (ዳን. 2:16-21)

በዚህ የጸሎት ህብረት ውስጥም በቃሉ የምናስተውለው ትልቅ ሚስጥር የሚጸልዩ ህብረቶች በሁኔታዎች ሳይወሰዱ እግዚአብሔርን ታምነው በሕያው አምላክ ፊት ይዘው መቅረብና ከእርሱም የለመኑትን ተቀብለው እርሱን በማመስገን ራሳቸውን እንዴት ማዋረድና ትሁት መሆን እንዳለባቸው የምንማርበት ትልቅ የጸሎት ህብረት መመሪያ እንደሆነ እናስተውላለን፡፡ በህብረት ስንጸልይ ብዙ ጊዜ ከሌሎች ጋር በአካል ተገናኝተን

በሌላ ጊዜ የጋራ የጸሎት ርዕሶችን ተለዋውጠን በተመሳሳይ ጊዜ በያለንበት ልንጸልይ እንችላለን፡፡ ከዚህ ሌላ ዛሬ ያገኘነውን ቴክኖሎጂ በመጠቀም ሰዎችን በተመሳሳይ ርዕስ በያሉበት ርዕሱ እንዲደርሳቸው በመበተን በተመሳሳይ ጊዜ በተመሳሳይ ርዕስ በጋራ መመሪያ የቃል አከፋፋይ በህብረት እንዲጸልዩ ማድረግ እንደሚቻል ይታወቃል፡፡

በህብረት ጸሎት በሳል መሪዎች መኖር እንደ እግዚአብሔር ቃልና እንደ መንፈስ ቅዱስ ሀሳብ እንዲያገለግሉና ውጤታማ ጸሎት እንዲጸልዩ እንደሚያደርጋቸው ይህ ክፍል እውነተኛ መመሪያ እንደሆነ እንወቅ፡፡ (ዳን. 2:14-21፤ 2ኛ ነገ. 2:1-6) የህብረት ጸሎት ለቤተክርስቲያን የጀርባ አጥንት በመሆኑ ከአካልም ውስጥ እንዳለው ልብ እንውሰደው፤ ልብ ቀጥ ቢል ሁሉም አካል ቀጥ ይላል፡፡ ይህን ሚስጥር የቤተክርስቲያን መሪዎች በትክክል መረዳት ሊኖረን ይገባል እላለሁ፡፡ ወደ ጌታ ከመጣሁ ጊዜ ጀምሮ ከሠላሳ ስድስት ዓመት በላይ በጸሎት ህብረትና በመጽሐፍ ቅዱስ ጥናት ህብረት፤ አሁንም መጋቢ ሆኜ ምንም የአገልግሎት ሩጫ ቢኖርም ከዚህ አገልግሎት ተለይቼ አላውቅም፡፡ ብዙውን ዓመታት የኖርሁትና ያለሁት የጸሎትም ሆነ የመጽሐፍ ቅዱስ ጥናት መሪ በመሆን ሳይሆን አብሮ በመጸለይና በማጥናት ነው፡፡ ይህም አገልግሎት ከእግዚአብሔር ጋር የሚያገናኝና ከእርሱም ጋር ህብረትና አንድነት እንዲኖረን ከአገልግሎትም ያለፈ ጥቅም ስላለውና ስለማምንበትም ነው፡፡

የህብረት ጸሎት ከእኛ ዕቅድና ከቤተክርስቲያን ፕሮግራም ያለፈ ከእግዚአብሔርና ከሰውም ጋር ያለ አምላካዊ ህብረትና አንድነት የአካሉ የልብ ትርታ እንደሆነ መሪዎች ሊያውቁት ይገባል፡፡ ለዚህም ነው ጌታ ከእኔ ጋር አንድ ሰዓት እንኳ ልትተጉ አልቻላችሁምን ? ወደ ፈተና እንዳትገቡ ትጉና ጸልዩ ያላቸው፡፡ ከጌታ ጋር ነበሩ በጸሎት ግን አብረው መሆን አልቻሉም፡፡ ለዚህም ነው የጸሎት ህብረት አንድ ልብ መስማማት አስፈላጊ እንደሆነ በብዙ ቦታዎች በተደጋጋሚ የሚጠቀሰው፡፡ ከእናንተ ሁለት ወይም ሦስት ተስማምታችሁ ብትጸልዩ ያለው፤አንድነት አንድ ልብ የሚለው በዚህ እውቀትና

መረዳት ላይ የተመሰረቱ ህብረቶች ውጤታማ ስለሚያደርጉን ነው ቃሉ የሚናገረን፡፡ የተጠራነውም ወደ ህብረት ነው፤ ወደ ልጁ ወደ ኢየሱስ ክርስቶስ ህብረት የጠራን እግዚአብሔር የታመነ ነው፡፡ (1ኛ ቆሮ. 1:9) ህብረት መተባበርን መተሳሰብን ለአንድ ዓላማ መሰለፍና አብሮነት የሚሉት ትርጉም የያዘ ነው፡፡ አንዱ የሌላውን አካል ችግር መጋራት እንደ ራስ ችግርና ጉዳይ አድርጎ መመልከትን ያመለክታል፡፡ (ሮሜ 15:1፤ ገላ. 6:2)

የህብረት ጸሎት ያለውን ጥቅም ማወቅ

- በአንድነት ተስማምቶ መጸለይ መሰማት እንደሚቻል ቃሉ ይነግረናል፡፡ (ማቴ. 18:20)
- እግዚአብሔርን መምሰል ፀጥና ዝግ ማለትን እንድናገኝ ያደርገናል፡፡ (1ኛ ጢሞ. 2:1)
- ከእግዚአብሔር ሥላሴያዊ አንድነት ጋር እንደተጠራን ያስተምረናል፡፡ (1ኛ ዮሐ 1:1-3)
- የእግዚአብሔር አብና ወልድ አንድነት በእኛ እንዲታይ የሚያደርግ ነው፡፡ (ዮሐ. 17:20-23)
- አንዳችን የሌላውን ሸክም እንድንሸከምም ስለታዘዝን ነው፡፡ (ያዕ. 5:16፤ ሮሜ 15:1)
- የጌታ ደቀመዛሙርት የመንፈስ ቅዱስ መገኘትን አይተውበታል፡፡ (ሐዋ. 2:1-4፤ ሐዋ. 4:31)
- ለአገልግሎታችንና ወንጌልን ለመስበክ የሌሎች ጸሎት ስለሚያስፈልገን፤ (ኤፌ. 6:18-20፤ ሮሜ 15:30)

- የጋራ ጠላት ሰይጣን ዲያቢሎስን በህብረትና በተደራጀ በጌታና በኃይሉ ችሎት ለመዋጋት፤ (ኤፌ. 6:10-18)
- በህብረት ጸሎት የምናገኘው ድል ብዙ ነው፡፡ የእግዚአብሔር ቃል አንዱ አንድ ሺህ፣ ሁለቱ አስር ሺህ ድል እንዳለው ይናገራል፡፡
- የእግዚአብሔርን ኃይል እንድንታመንና እንድንደገፍ ያደርገናል፡፡ (ኢሳ. 26፡3-4፤ መዝ)
- በህብረት በጸሎት ስንሆን እግዚአብሔር የሚሰጠው ጸጋና ኃይል አለ፡፡ (መዝ. 133:1-3)
- በህብረት በምንሰበሰብበት ጊዜ አንዱ መዝሙር፣ አንዱም መግለጥ አለው፡፡ (1ኛ ቆሮ. 14:26)
- በሐዋርያትና በነቢያት መሠረት ተመሥርተን ራስ ወደ ሆነው የክርስቶስ መቅደስ ለመሆን ለመሠራት ያስችለናል፤ (ኤፌ. 2:20-22)
- ቢል ብራት የህብረትና የጾምና ጸሎት የታላቁን ተልዕኮ የወንጌል ሥራ የሚያስችል ኃይልና ምርኮን ያበዛል ብለዋል፡፡ (ማቴ. 13:30)
- ጆን ዌስሊን ዋይት የህብረት ጸሎት የሥጋና የሰይጣንን ኃይል በኢየሱስ ስምና ደም ለማሸነፍና በድል ያራምዳል ብለዋል፡፡
- የህብረት ጸሎት ሥጋ አምጣ የሚለውን እንቢ በማለት የምናሸንፍበት ጉልበትና ኃይል ነው ስትል ከሪ ቴምቦ ተናግራለች፡፡
- ዶክተር ማይልስ የህብረት ጸሎት ደካማ ያስመሰለው እግዚአብሔር ጋር የምንገናኝበት ኃይሉን የምንቀበልበት በመሆን ፈንታ የፕሮግራም ማካሄጃ፣ የስርዓት መፈጸሚያ ስለሆነ ነው ይላል፡፡
- ዶክተር ወልግቶን የህብረትና የግል ጸሎት ከእግዚአብሔር ፈቃድ ጋር የምንገናኝበት ስፍራና ቦታ እንደሆነ አንርሳ ይላሉ፡፡

- ማዘር ሄፍሊን የህብረት አምልኮና ጸሎት የእግዚአብሔርን (ህልዎት) የምናይበት ነው፡፡
- ሐድሰን ቴለር የእኛን በመጣል የእግዚአብሔርን ራእይ የምንቀበልበት፤ እኛነታችንን እያጣነው በጌታ የምንወረስበት ነው ብለዋል፡፡
- ወች ሚኒ ጸሎት መንፈሳዊ ውጊያንና መንፈሳዊ ስልጣንን በእምነት የምንለማመድበት የጦር ሜዳ ነው ይላል፡፡
- ዶክተር ላሪ ሊይ የጸሎት ሐዋርያ የሚል የቅጽል ስም የተሰጠው ጸሎት ያመነው ጌታና መንፈሱን አብሮነቱን እንደ ታሪክ ሳይሆን በሕይወታችንና በአገልግሎታችን በግልጽ የምናይበት መገለጫው ነው፡፡ በዚህ ምድር እያልን ሰማያዊውን እውነት የምንለማመድበት ጸሎትና አምልኮ ነው ብለዋል፡፡
- ፕሬዝዳንት አብርሃም ሊንከን ዋይት ሐውስ መቀመጤ ሳይሆን በማለዳ ጸሎቴ ጌታዬ በጌተሴማኒ ያሳለፈውን ማሰላሰሌ ፀንቼ ለመቆሜና ለመነሳቴ አሸናፊውን ጌታዬን እንዳይ ያደርገኛል በማለት ለጋዜጠኞች መልሰዋል፡፡
- ፕሬዝዳንት ጆን አደም የማለዳ የጸሎት ጊዜዬ ቀኑን ሙሉ ሥራዬን እንዳከናውን ያደርገኛል፤በማለት ጸሎታቸው ለሚነቅፉ ሰዎች መልስ ሰጥተዋል፡፡
- ፕሬዝዳንት አብርሃም ሊንከን ጥቁሮችን ከባርነት ነጻ ለማውጣት ሲታገል ነጮቹ እኛ ብዙ ነን እግዚአብሔር ከእኛ ጋር ነው እናጠፋሃለን በማለት ሲያስፈራሩት እንዲህ አላቸው፡- እኛ ከእግዚአብሔር ጋር ነን እርሱም ከእኛ ጋር ነው የእርሱን ክንድ በጸሎት ጠይቀነዋል ስለዚህ እናሸንፋችኋለን በማለት መለሰላቸው፡፡ እግዚአብሔርም በጸሎት የታመኑት ጌታ ድልን ሰጣቸው ከባርነትም ነጻ አወጣቸው፡፡

- ሩት ሄፍሊን የጸሎትንና የአምልኮን ኃይል መለማመድ ከሰው ሠራሽ የፕሮግራም ልምምድ ወጥቶ በእግዚአብሔር መገኘት ውስጥ መግባት ነው ብላለች፡፡
- እኛም በዚህ ዘመን ያለን አማኞች በጌታና በሐዋርያት መልእክቶች የምናነበውን እንደ ታሪክ ወስደን ፕሮግራም እንድናወጣበት ሳይሆን በዚህ መንፈሳዊ እውነት ውስጥ ራሳችንን ማስለመድና በመንፈሱ ምሪት መግባት ታሪክ ሳይሆን እኛም ላይ እግዚአብሔር የሰውን ፊት አይቶ የማያደላ ስለሆነ በሕይወታችንና በቤተክርስቲያናችን እንድናይ ያደርገናል፡፡ የምናመልከው አምላካችን ዛሬም የማይለወጥ ሕያውና የሚሰራ እውነተኛ አምላክ እንደሆነ ልናምነው፣ ልንደገፈው ይገባል እላለሁ፡፡

የጸሎት ጉባኤን ለሚመሩ ማወቅ ያላባቸው

በመጽሐፍ ቅዱሳችን ሆነ በቤተክርስቲያን ታሪክ ታላላቅ ጉባኤዎችንና ሕዝብን በጸሎት የመሩትን ሰዎች ሕይወትና ባህሪ ማወቅ፤ የጉባኤ ጸሎት ለሚመሩ ሁሉ ከሁሉ በፊት በጣም ከፍተኛ ጠቀሜታ እንዳለው ሊያውቁት ይገባል፡፡

- አብርሃም ለሰዶምና ገሞራ ሕዝቦች እንዳይጠፉ ምህረትን እንዲያገኙ በእግዚአብሔር ፊት በመማለድ ቆመ፡፡ (ዘፍ. 18፡22-33)
- ዮሴፍ የምህረት፣ የይቅርታና የርህራሄም ሰዎች እግዚአብሔርን የሚታመኑና በክፉ ፈንታ ክፉን የሚመልሱ ሳይሆኑ ተምረው ምህረት የሚሰጡ ናቸው፡፡ (ዘፍ. 50፡19-21)
- ሙሴ ሊወግሩት ለተነሱት ሕዝቦች እግዚአብሔር ላጥፋቸው ላላቸው ማልደ፡ል፤ (ዘኁ. 14፡11-19)

- ሳሙኤል ስለ እናንተ መጸለይን በመተው እግዚአብሔርን እበድል ዘንድ ከእኔ ይራቅ በማለት ለሕዝቡ ሲጸልይ ሲመክር እናያለን፡፡ (1ኛ ሳሙ. 12:23)
- ካህኑ ዕዝራም ሕዝቡን ይዞ በጸሎት በእግዚአብሔር ፊት ሲማልድ፣ ሲናዘዝና ሲጸልይ እናያለን፡፡ (ዕዝ. 10:1)
- ነህምያ የእርሱን፣ የሕዝቡንና የአባቶቹን ኃጢአት በመናዘዝ በጸሎት በእግዚአብሔር ፊት እየጾመና እየጸለየ ይመራ እንደ ነበር እናያለን፡፡ (ነህ. 1:4-7)
- ዳንኤል ጠላት በተነሳበት ጊዜ ስለ እነርሱ ሳይናደድና ሳይቆጣ ንጉሡን ሺህ ዓመት ንገሥ እያለ የዘወትር ጸሎቱን በአምላኩ ፊት ይማልድ ነበር፡፡ (ዳን. 6:10-12)
- ዳንኤልና ጓደኞቹ በህብረት ሲጸልዩ ስለ ሌሎች መጥፋት የሰማይና የምድር ጌታ እግዚአብሔርን በጸሎት ሲማልዱ እንመለከታለን፡፡ (ዳን. 2:14-22)
- ጌታም ወደ ሰማይ ካረገ በኋላ ደቀመዛሙርቱ ሴቶችና ወንዶች ሆነው በጸሎት ይተጉ ነበር፡፡ (ሐዋ. 1፡14) ሁሉም በአንድ ልብ ሆነው በጸሎት ይተጉ ነበር፡፡ (ሐዋ. 2፡42) ደቀመዛሙርቱ በአንድነት ሆነው በጸሎት በእግዚአብሔር ፊት ጸለዩ፡፡ (ሐዋ. 4፡24-31)
- እነሐጌ ሕዝቡን ወደ እግዚአብሔር እንዲመለስ በጸሎት ተመለሱ እያሉ ይመልሱ ነበር፡፡ (ሐx 1:12)
- ኤጳፍራ በእግዚአብሔር ፈቃድ ፀንተው እንዲኖሩ በጸሎት የሚጋደል እንደ ነበር ይናገራል፡፡ (ቆላ. 4:12)
- ሐዋርያው ጳውሎስም ጸሎቱና ልመናው ሰዎች ለጌታ ምርኮ እንዲሆኑና ለእርሱ የተሰጡ እንዲሆኑ በጸሎቱ የሚጋደል ነበር፡፡ (ቆላ. 2:2-3)
- የጸሎት መሪዎች ሁሉ ርህሩዎች የምሕረት ሰዎች ስለ ጠላቶቻቸው የሚማልዱ ከራስ ወዳድነት ነጻ የወጡ ለእግዚአብሔር ሐሳብ የሚኖሩ ናቸው፡፡

በጸሎት መሪዎች የሚታዩ ችግሮችን ማስወገድ

- ራስ ወዳድና እኔነት የሥጋንና የአጋንንት ሁከት ያስከትላል፡፡
- የጸሎት ቦታዎች የንትርክና የጭቅጭቅ ቦታ ማድረግ፤ (ያዕ. 3:14-16)
- ሰዎችን አንበርክከን እግዚአብሔር እንዳይሰሙ የፕሮግራም መሪውን ቃል ሲሰሙ ቆይተው ከአምላክ ጋር ሳይገናኙ ከሰው ወደ ሰው ሲሉ ቆይተው በባዶነት ህይወት እንዲመላለሱ ማድረግ፤
- ፕሮግራሙን በእግዚአብሔር ቃልና በመንፈስ ምሪት ለመምራት አለመቻል፤
- የመንፈስ አንድነት አለመጠበቅ በዘፈቀደ ፕሮግራሙን መምራት፤
- የጸሎት ቦታውን ሰውን አንበርክከን የስብከት ቦታ ማድረግ፤
- የሚጸልዩ ሰዎችን በማጸለይ ፈንታ ስናዘምር ቆይተን ማሰናበት፤
- አንዳንድ ጊዜ እንደ ስፖርት ሥራ ተነሱ፣ ተቀመጡና ተንበርከኩ በማለት ጉባኤውን ግራ ማጋባት፤
- የጸሎት መሪው ሳይዘጋጅ በመምጣት ጉባኤው መንፈሱ እንዳይሰበሰብና የተበታተነ ሐሳብ እንዲኖረው ማድረግ፤
- ለጸሎት የሚሰበሰቡትን ሰዎች የመንፈሳዊ ህይወት ደረጃ ባለመረዳት ግራ እንዲጋቡና እንዲሰናከሉ ማድረግ፤
- ጸሎቱን እንዲመሩ የሚሰጣቸው ግለሰቦች በንግግር ብዛት የሚገድሉትን የጸሎት ጊዜ ያለመቆጣጠር፤
- በጥቅስ ብዛት የጸሎት ጊዜ የማባከን ችግር፤
- በተሰጠው የጸሎት ርዕሰ ላይ አተኩሮ አለመጸለይ፤
- መልእክት አለኝ የሚሉትም መልእክቱን ለማስተላለፍ ሳይሆን ራሳቸውን የሚያስተዋውቁበት መድረክ ማድረጋቸው፤

- ክርስቶስ ደሙን ያፈሰሰለትን ሕዝብ የተቀበለውን ጽድቅ የተጠራበትን ቅዱሳን ስም አስጥሎ የእግዚአብሔርን ሕዝብ መርገምና ኲነኔ የተሞላ አድርጎ ሰዎች ተፅናንተው እንዲሄዱ ሳይሆን በተስፋ መቁረጥና በበደለኛነት ሕይወት እንዲሞሉ ማድረግ፤
- መሪው በጸሎት ጉባኤው ውስጥ የማይጠቅሙ ንግግሮችን ጊዜ ያለመቆጣጠር፤
- የጉባኤውን መንፈስ የተበታተነ እንዲሆን የሚያደርገውን የክፉ ሥራ ያለመለየት፤
- የጉባኤውን ጸሎት፣ የግል ብሶትና እሮሮ ማውጫ ማድረግ፤ መሪው የመሪነቱን ኃላፊነቱ ያለመወጣትና ስርዓት የለሽ መሆን፤
- የጸላዮችን የጸሎት መነሳሳት ፍላጎት የሚያደክና የሚጎዳ አካሄድ መኖር፤

በጸሎት ስፍራ የመንፈስ አንድነትን መጠበቅ

የአንድነት ጸሎት ለወንጌል ሥራና ለአካሉ ለቤተክርስቲያን ጥቅም እንዳለው ሁሉ የዚህ ህብረት እንቅፋቶች ማስወገድና መጠበቅ እንዳለብንም መዘንጋት የለበትም፡፡ አማኙ ሕብረተሰብ ከተለያየ ቦታ በተለያየ እድሜ፣ አቅም፣ ጸጋ፣ ልምድና አመለካከት የተሞላን ሰዎች ክምችት እንደ መሆናችን የተለያዩ ነገሮች ሊንፀባረቁ እንደሚችሉም አውቆ ቅድመ ዝግጅት ማድረግ፣ ለህብረቱ ስብስብ ይጠቅማል፡፡ እንደ መሪም ይህን ታሳቢ በማድረግ በአግባቡ ይህን ለጥቅም ማዋል፡፡ ነገሮችን በፍቅር፣ በትዕግስትና በትሕትና ይዞ በመምራት የህብረቱን አንድነት በሰላም ማሰሪያ የመንፈስን አንድነት ለማስጠበቅ ትጋትና ጥንቃቄን ይጠይቃል፡፡

ጸጋ አሠራርና አገልግሎት ልዩ ልዩ እንደ መሆኑ ሁሉንም አስተባብረን ለመጓዝ ሰፊ ልብና እውነትን በፍቅር ይዘን ለጋራ ጥቅም ላይ በሚሆን ነገር ላይ ማትኮር፣ የምንተናነፅበትም እንዲሆን መርዳት፡፡ የራስንና የጉባኤውንም መንፈስ መጠበቅ

ከመሪው የሚጠበቅ እንደሆነ አንርሳ፡፡ በህብረት ስንሰበሰብ መዘንጋት የሌለበት የቅዱሳንን መሰባሰብ የማይወድ የሰይጣን ዲያቢሎስ ክፉ ሐሳቡን እንዳንዘነጋው፡፡ (2ኛ ቆሮ. 2፡11) በህብረትና በአንድነት የምናገኘውን ጸጋና ጥቅም ትልቅ ስፍራ መስጠት ይኖርብናል፡፡

በጸሎት ህብረት ውስጥ ስናገለግል መሪው በእግዚአብሔር ፊት እንዳለን ሰዎች አንዳንዴ ሐሳባቸው ስለሚወሰድ ማሳሰቢያን መስጠት፡፡ የተለያየ አመለካከትና ሐሳብ ቢኖረንም በምንጸልይበት ጉዳይ ግን አንድ ላይ ተስማምቶ በእምነት አሜን ማለት በጸሎት ህብረት ውስጥ የሚሳተፉት ሁሉ ሊያውቁት የሚገባ እውነት ነው፡፡

- በጸሎት ርእሶች ላይ የሚጸልዩ ሰዎች በተሰጠው ርዕስ ላይ አተኩረው እንዲጸልዩ ማድረግን ያስፈልጋል፡፡
- በጉባኤ ህብረት ጸሎት በጌታ አዲስ ክርስቲያን ለሆኑት በቃሉና በጸጋው እስኪያድጉ እንዲመሩና እንዲጸልዩ ከማድረግ መቆጠብ ይጠቅማል፡፡
- በህብረት መጸለይ እንዲችሉም መሪው ሌሎችም ወደ ዕድገት እንዲመጡ መርዳት ነገ የሚጠቅሙ እንደሚሆኑ በማሰብ ማበረታታትና ማደፋፈር በጣም ጠቀሜታ ይኖረዋል፡፡
- ከተሰጠው የጸሎት ርዕስ ውጭ በመውጣት የሚጸልዩ ሰዎች የጉባኤ ህብረት ጸሎት የጉባኤውን መንፈስ መጠበቅ እንዳለበት ማስረዳት፤
- የህብረቱ ጸሎት መሪ የውጊያ ጸሎት የሚጸልየውን የምስጋናና ምልጃ ጸሎት የሚጸልዩት ጸጋቸውን መለየት ይጠቅማል፡፡
- አንዳንድ ጊዜ የህብረቱ ጸሎት በማለቂያው ጊዜ በማስታወቂያ ወይም የማይሆን ቃል በመናገር የጉባዔውን ሐሳብ እንዳንጎዳው መጠንቀቅ ይኖርብናል፡፡

- እንዲጸልዩ የምንጋብዛቸው ምንም እንኳን በውስጣቸው የጸሎት ርዕስ ቢኖርም እንዲጸልዩ በተሰጣቸው የጸሎት ርዕስ ላይ አተኩረው መጸለይ ይኖርባቸዋል፡፡
- መልእክት ወይም የጸሎት ርዕስ ካለን በመሪነት ቦታ የተቀመጠውን በማማከርና መስመር ጠብቆ መሄድ ሕብረቱን ለመጠበቅ ይረዳል፡፡
- መሪው በዘፈቀደ የሚናገሩ ካሉ በፍቅር፣ በጥበብ ጉባኤው በማይረብሽ ሁኔታ ማስቀምና መንፈሱን መጠበቅ፤
- መሪው ንግግር ለሚያበዙ ወንድሞችና እህቶች በግል መምከርና ትምህርት መስጠት፤
- ክርስቶስ የሞተው ለሰው ስለሆነ ከወንጌል አንፃር ነፍሳት ተኮር ጸሎትን መጸለይ አንርሳ፤
- በጸሎት ጉባኤያችን እግዚአብሔር ለአገልጋዮች ቃሉን እንዲከፍትላቸውና ሠራተኞችን እንዲልከም ትኩረት መሰጠት የሚኖርበት ነው፡፡
- የታሰሩት እንዲፈቱ፣ የታመሙት እንዲፈወሱ፤ የመንፈሳዊ ውጊያ ጸሎት እንደ ምዕራባውያኑ ችላ እንዳንል መጠንቀቅ ይኖርብናል፡፡

የጸሎት ህብረትና አደረጃጀት

የቤተክርስቲያን መሪዎች የጸሎት ህብረቶችን ሲያደራጁ የሚገቡ ጥንቃቄዎች ጥቂቶቹን እንደሚከተለው እንመልከት፡-

- ለሚጠሏቸውና ለሚያሳድዷቸው መማለድ የሚችሉ ቢሆኑ፤ (ማቴ. 5:43-45፤ ዳን. 2:14-22)
- የሚሰሙትን ጸሎት ለእግዚአብሔር እንጂ ለሰው የማያወሩ ምስጢር ጠባቂዎች የሆኑ፤ (ሚክ. 7:5)

- ራሳቸውን የሚገዙ ጭምቶች፣ በሐሜትና በወሬ የማያጠላልፉ፤ (ምሳሌ 11:13)
- የሌሎች ችግር እንደ ራሳቸው ጉዳይ አድርገው የሚመለከቱና በጸሎት የሚጋደሉ፤ (ቆላ. 4:12)
- እንደ ስምዖንና ሐና ለዚህ ጸሎት የተለየ ሸክም ያላቸው ሰዎች እንዳሉም አንርሳ፤ (ሉቃስ 2:25-38)
- በተመሠረቱም አጥቢያዎች፣ አዲስ በሚተከሉም አጥቢያዎች ጸሎትና ወንጌል ስርጭት ቀዳሚ እንደሆኑ የቤተክርስቲያን መሪዎች አስፈላጊነቱን በግልጽ መረዳት ያስፈልጋቸዋል፡፡ (ሐዋ. 2፡42፤ ማቴ. 9:35-37)
- የሚራሩና የሚያዝኑ የጌታ ልብ የተሰጣቸው በእውቀት ማደራጀት፤ (ማቴ. 9:35-36)
- ለተረዱት እውነት ፀንተው በመማለድ የሚቆሙ፤ እግዚአብሔር እንጂ ሁኔታዎች የማያስፈራቸው፤ (ዳን. 6:10-12)

በጸሎት አደረጃጀት መሪዎች የጸሎት ህብረት ውስጥ መሳተፍ የሚኖርባቸው ጸጋና ሸክም አስተውሎ ማደራጀትን ይጠይቃል፡፡

ጆን ዊስሊን የጸሎት ህብረት መሳተፍ ስላለባቸው ሕይወትና ባህሪያት እንደሚከሰው ይገልፀዋል፡፡

- በእግዚአብሔር ቃልና በመንፈስ ቅዱስ ሕይወታቸው የተለወጠ፤
- በመንፈስ ቅዱስ ፍሬ መንፈሳዊ ሕይወታቸው የተሞላ፤
- በእግዚአብሔር ጸጋ ላይ የሚደገፍ ሕይወት የሚመሩ፤
- መማለድና መጸለይ ከአምላክ ጋር ማሳለፍ እንደሆነ መረዳቱ ያላቸው፤

- ጸሎት የሚጠሙትና በጉጉት የሚጠብቁት እንጂ ሥራና ድካም የማይሆንባቸው፤
- ስለ ወንጌል ስለ ተቀበሉት ጸጋ ዋጋ ለመክፈል የቆረጡና የወሰኑ ሊሆኑ ይገባል፡ ፡
- ከበድ ያለ ሁኔታ ሲገጥማቸው ለጾም ጸሎት ራሳቸውን የሚዘጋጁ ናቸው፡፡
- ለቃሉና ለጸሎት ጊዜ ሰጥተው የተዘጋጁና የሚዘጋጁ፤
- የተቀበሉትን የጽድቅና ቅድስና ሕይወት ኑሮ በጨለማው ኃይልና መንግሥት ላይ የድል መንገድ እንደሆነ የገባቸው፤
- ለሚሰጣቸው ሀላፊነት በታማኝነትና በመታዘዝ ለመፈፀም የሚተጉና በቃልና በሥራ የሚተረጉሙ፤

ጆን ማክስ ዌል ስለ ማላጆች ሕይወት ባሕርያት እንዲህ በማለት ያስረዳል፡-

- የሚማልዱ ሰዎች ራሳቸውን በሌላው ሰው ችግር ውስጥ አድርገው ማየት የሚችሉ፤ ለሚጸልዩት ጉዳይ ዋጋ ለመክፈል የተዘጋጁ፤ ለረጅም ጊዜ ቢሆን በምልጃ የሚጠብቁ ናቸው፡፡
- በመንፈስ ቅዱስ የተደገፈ ስልጣንና ድፍረት ይታይባቸዋል፤
- ብዙ የማይናገሩ፣ የፍቅርና የትዕግስት ሰዎች ናቸው፡፡

ዶክተር ላሪ ሊይ ስለ ጸሎት ማላጆች እንዲህ ይላል፡-

- በእግዚአብሔር ፊት መሆንና መገኘት የሚጓጉና የሚናፍቁ ናቸው፡፡
- በመንፈስ ቅዱስ ምሪት እንደ እግዚአብሔር ቃልና ሐሳብ የሚማልዱ ናቸው፡፡

- በእምነት ዓይን እግዚአብሔርን ከችግሮችና ከሁኔታዎች በላይ ማየት የሚችሉ ናቸው::
- እግዚአብሔርን መለመን ብቻ ሳይሆን ማመስገንና ማምለክ የሚያውቁ ናቸው::
- በጸሎትና በምልጃ ሰዓታትና ቀናት ማሳለፍ የሚችሉ ናቸው::
- የማበረታታትና የማነቃቃት ጸጋም የሚታይባቸው ናቸው::
- ለሰዎች ለመጸልይና ማላጅ መሆናቸውን ማውራትና መናገር የማይወዱ ናቸው::
- ከትሕትናቸው ባለፈም እግዚአብሔርን የሚያከብሩ፣ የሚያወድሱና የሚያመልኩ ናቸው::

ዶክተር ዴቪድ ያንግ ቾይ ስለ ማላጅ ሰዎች እንዲህ በማለት ይገለጻል:-

- ለያዙት እውነትና ለሰሙት ድምጽ ሙሉ መሰጠት ይታይባቸዋል::
- መታገስና መጠበቅ ሌላው የሚታይባቸው የጸሎት ገፅታ ነው::
- በመንፈስ ቅዱስ የተሞሉና በእርሱ ጸጋ የሚደገፉ ናቸው::
- ማላጆች ባለራእይ ሲሆኑ፣ በእግዚአብሔር ትልቅነት ነገሮችን የሚመለከቱ ናቸው::

ዶክተር አንደርሰን ስለሚጸልዩ ሰዎች እንዲህ ይላል:-

- መንፈሳዊ ስልጣን የተረዱና የገባቸው ሊሆኑ ይገባል::
- የሚዋጉት በጨለማ ስልጣን ያለው ኃይል አለ::
- በቃሉና በጸሎት የሚጋደሉ መረዳት ያላቸው ናቸው፤

የእግዚአብሔር አብሮነት የተረዱ ቢሆኑ ይመረጣሉ፡፡

<እግዚአብሔር ብርሃኔና መድኃኒቴ ነው፤ የሚያስፈራኝ ማን ነው? እግዚአብሔር የሕይወቴ መታመኛዋ ነው፤ የሚያስደነግጠኝ ማን ነው? ክፉዎች፥ አስጨናቂዎቼ ጠላቶቼም፥ ሥጋዬን ይበሉ ዘንድ በቀረቡ ጊዜ፥ እነርሱ ተሰናከሉና ወደቁ። ሠራዊትም ቢሰፍርብኝ ልቤ አይፈራም፤ ሰልፍም ቢነሣብኝ በዚህ እተማመናለሁ። እግዚአብሔርን አንዲት ነገር ለመንሁት እርስዋንም እሻለሁ፤ በሕይወቴ ዘመን ሁሉ በእግዚአብሔር ቤት እኖር ዘንድ፥ እግዚአብሔርን ደስ የሚያሰኘውንም አይ ዘንድ፥ መቅደሱንም እመለከት ዘንድ።>መዝ 27፡1-4

- የሚጸልዩ ሰዎች በጓዳ የሚጸልዩትን ፤የጸሎት ውጤታቸውን በአደባባይ ለማየት ባለራእይና የእምነት ጦርኞች ሊሆኑ ይገባል፡፡
- የማያጉረመርሙ፣ የማያማርሩ፣ በምስጋና የተሞሉ እና በቃሉ እውነት የሚደገፉ፤ የመሪነትም ጸጋ ሀላፊነት ተቀብለው ትጋት የሚታይባቸው፤
- እንደ ኢያሱና ሳሙኤል በድንኳኑ አካባቢ የሚገኙ፤ እግዚአብሔርን ተስፋ የሚያደርጉ፤
- የኃጢአትና የጣዖት ኃይልን አይተው ውስጣቸው የሚቆጡና የሚጨከኑ፤
- የቤተክርስቲያን፣ የሕዝብና የአገር ውድቀት ሲያዩና ሲሰሙ የውስጥ ሐዘንና ሸክም የሚሰማቸው፤በመቀጠልም ሰምተውም አይተውም የማያልፉ፤ በጸሎትና በምልጃ የሚያቀርቡ፤
- ሕብረቱ ለሚያዘጋጀው የጸሎት ፕሮግራም ቀን ሰዓት ዋጋ ለመክፈል የተዘጋጁ፡ ፡
- ለቤተክርስቲያን መሪዎች ስልጠና ለመስጠት ቦታ ለማመቻቸት የሚፈቅዱና የሚተባበሩ ሊሆኑ ይገባሉ፡፡

ወደ እግዚአብሔር የሚቀርብ ጸሎት

- በጸሎት ሕብረቱ እርስ በርስ የሚቀባበሉና የሚተሳሰቡ ጊዜን በመስጠት፤ የሚተባበሩ
- በጸሎት ሕብረቱ ችግሮች ሲታዩ ባለመግባባት ጸሎቱ እንዳይዘገይ በቶሎና በአስቸኳይ እንዲፈታ ማድረግ ይጠቅማል፡፡
- ዶክተር ማይልስ <በጸሎት ውስጥ ያለውን አለመግባባት ሰይጣን ዲያብሎስ ትልቅ ምሽግ አድርጎ የሚጠቀምበት ነው ብሏል፡፡>

የእምነት አስፈላጊነት

“እምነት ተስፋ ያደረግነው ነገር እንደሚፈጸም ርግጠኛ የምንሆንበት፣ የማናየውንም ነገር እውን መሆኑን የሚያስረዳ ነው::” (ዕብ. 11:1)

- የዘላለም ድነትና ልጅነት ያገኘንበት፣ በጸጋው የዳንበት እምነት ነው:: (ኤፌ. 2:8) “በእግዚአብሔር የሚታመን፣ መታመኛውም እግዚአብሔር የሆነ ሰው ቡሩክ ነው::” (ኤር. 17:7፤ ኢሳ.26፡3-4) ከእግዚአብሔር ጋር ጥገኛ ሆነን የምንኖርበት እምነት እንዳለ መረዳትና መታወቅ አለበት:: (ዕብ. 11:6፤ ማር. 11:24፤ ዕብ. 10:35-37)
- በወንጌል የሚሰበከው፣ የሚሰራው ሕያው የሆነው የእግዚአብሔር ቃል ሰምተን እምነት የሚሆንልን ነው:: (ሮሜ 10፡17፤ ዕብ. 4:12)
- ለሁሉም አማኞች ወደ እምነት ሲመጡ የሚሰጠው የማገልገል ስጦታ እንደተሰጠን የእግዚአብሔር ቃል ይናገራል:: (ሮሜ 12፡3)
- አራተኛው የእምነት የጸጋ ስጦታ ሁሉም አማኝ የተሰጠው ሳይሆን ከሰው ያልሆነ በመንፈስ ቅዱስ ጸጋ አማካኝነት የሚሰጥ የእምነት ጸጋ ነው (1ኛ ቆሮ. 12:7-9)

መጽሐፍ ቅዱስ ከእግዚአብሔር ጋር ጀምረን እንድንጨረስ የሚያደርገን የእኛ ጥንካሬና ብርታት ሳይሆን የታመነው አምላክ ክፋት የሌለበት ከእርሱ ጋር የሚያኖረንና የሚያጣብቀን የእምነት ጸጋ እንደተሰጠን ይናገራል:: የዳነው በእምነት እንደሆነ የምንኖረውም በእምነት እንደሆነ ሊታመንበት ይገባል:: በተለይ የሚጸልዩ ሰዎች በእምነት ጸልየው በእምነት የሚቀበሉ መሆን ይኖርባቸዋል::

- እምነት ነገሮች ከመሆናቸው በፊት አስቀድመን በእምነት እንደተቀበልን አውቀን እግዚአብሔርን አሜን በማለት ማመስግን ነው፡፡ (ማር. 11:24፤ 2ኛ ቆሮ. 5:7) በሥጋ ዓይን ማየት ሳይሆን በእምነት የመንፈስ ኃይል መመልከት ነው፡፡
- እውነተኛ እምነት ሁሉ ከእግዚአብሔርና ከቃሉ ጋር የሚስማማ እንጂ ከቃሉ ጋር የሚጋጭ መሆን የለበትም፡፡ (ሮሜ 10:17፤ ኤር. 17:7)
- የእግዚአብሔር ቃል ስለ አብርሃም "እግዚአብሔርን አመነ፤ እርሱም ጽድቅ አድርጎ ቈጠረለት፡፡" (ዘፍ. 15:6) ሲል በእግዚአብሔር አመነ ነው የሚለን እንጅ ስለሚሰጠው ነገር አይደለም፡፡ እምነቱ በሰጪው ላይ እንጅ በሚሰጠው ላይ የተመሠረተ አይደለም፡፡ (ሮሜ 4:18-21፤ ዮሐ. 6:63) የእግዚአብሔር ቃል ለሚያምኑትም ሁሉ መንፈስና ሕይወት የሚሰጥ እንደሆነ ጌታ ራሱ ተናግሯል፡፡
- የእምነት ቃል የሆነው እውነት የመቀደስና የመለወጥም ኃይል ያለው እንደሆነ እንመነው፡፡ (ዮሐ. 17:17፤ 1ኛ.ተሰ. 5:23) እግዚአብሔር በቃሉ የታመነ ስለሆነ በእምነት የማይደረግ ሁሉ ኃጢአት መሆኑን መጽሐፍ ቅዱስ ይናገራል፡፡ (ሮሜ 14:23፤ ያዕ. 4:17)
- እምነት ከእግዚአብሔር ጋር ጀምረን ከእርሱ ጋር በመሆን የምንኖርበት በመንፈሳዊ ሕይወት እርግጠኛ አድርጎ፣ በድል አድራጊነት የሚያኖረን የሚያራምደን መንፈሳዊ ሕግ እንደሆነ መረዳትና ማወቅ ይጠቅማል፡፡

አለማመን የለመነውን እንዳንቀበል ያደርጋል፡፡

በመጽሐፍ ቅዱስ አለማመን የእግዚአብሔርን የመቻል ችሎታ አቅም መካድና መወሰን ነው፡፡ እግዚአብሔር ከለመነው ከምናስበውም የበለጠ ማድረግ ይችላል፡፡ (ኤፌ. 3:20)

አለማመን የእምነት ተቃራኒ ነው፡፡ መጽሐፍ ቅዱስ ባለማመናቸው ምክንያት ምድረበዳ ወድቀው ቀሩ፤ (ዕብ. 3:19) ክፉና ሕያው እግዚአብሔርን የማያምን ልብ እንዳይኖረን እንጠንቀቅ ይላል፡፡ (ዕብ. 3:12) የምንሰማው የእግዚአብሔር ቃል በእምነት ከእኛ ጋር ካልተዋሃደ እንደማይጠቅመን ይናገራል፡፡ (ዕብ. 4:2) ጌታችን ኢየሱስ ክርስቶስ ባለማመናቸው ምክንያት ተደነቀ በመካከላቸውም በጥቂቶች እጁን ከመጫን በስተቀር ምንም ታአምር አላደረገም፡፡ (ማር. 6:6፤ ማቴ. 13:53-58) አለማመን የእግዚአብሔርን እጅ እንዳይሠራ የሚያደርግ የሰው የልብ ክፋትና ድንዳኔ ነው፡፡ ጌታችን መድኃኒታችን ኢየሱስ ክርስቶስ ደቀመዛሙርቱን ሳይቀር የወቀሰበትና የገሰፀበት አለማመንን እንደ ሆነ በቃሉ ይናገራል፡፡ (ማቴ. 17:19-20) እምነት ከጠፋ አጋንንት ሰዎችን አስሮ በማስቀመጥ ይኀዳል፡፡ ለዚህም ነው ጌታችን በማያምን ሕዝብ ሲናገር ለሚያምን ሁሉ ይቻላል በማለት ያስረዳቸው፡፡ (ማር. 9:23) አለማመን ብዙዎችን በምድረበዳ ሕይወትና በማጉረምረምና በመቅበዝበዝ የሚያኖራቸው፡፡

የሚጸልዩ ሁሉ ከዚህ ያለማመን በሽታ መራቅና መፈወስ ከአምላካቸው ጋር በእምነት መጠበቅ ይገባቸዋል፡፡ መጽሐፍ ቅዱስ ኢያሱና ካሌብ ከስድስት መቶ ሺህ ሕዝብ በሕይወት ተጠብቀው የተስፋውን ቃል እንዲወርሱ ያደረጋቸው የማያምን የብዙሃኑ ድምጽ ሳይወስዳቸው በአምላካቸው በእግዚአብሔር ተስፋ ቃል በመታመናቸው እንደ ነበር ቃሉ ይነግረናል፡፡ (ዘኁ. 14:36-38) ብዙሃኑ ባለማመን በምድረበዳ ወድቀው እንደቀሩ ይናገራል፡፡ ጌታን ተቀብሎ ከእርሱም ጋር የሚያኖረን የእምነት ሕግ ስለሆነ አለማመን ደግሞ ከእርሱ ጋር እንዳንኖር የሰይጣን ዲያቢሎስ መጠቀሚያ እንደሚያደርገን ልናውቅ ይገባል፡፡ ቦንኬ አሜሪካውያንን ሲወቅስ እግዚአብሔርን የክሬዲት ካርዳችሁን ያህል አታምኑትም በማለት 1985 ዓ.ም መናገሩን አስታውሳለሁ፡፡ አለማመን የእግዚአብሔርን የፈውስ እጅ የሚይዝና የሚያዘገይ እንደሆነም ጌታ ራሱ ተናግሯል፡፡ የሚጸልዩ ሰዎች በሚጸልዩት ጉዳይ ሁሉ በእምነት የሚጠብቁ እንጂ የሚጠራጠሩና የማያምኑ መሆን አይገባቸውም፡፡ ካለማመን አምኖ በአምላኩ ተማምኖ

ወደ እግዚአብሔር የሚቀርብ ጸሎት

ሞት እንኳን ቢሆን <አምነው ሞቱ> በማለት የእግዚአብሔር ቃል የሚመክረን ለዚህ ነው።

ጸሎት ከግል ወደ ቤተሰብና ቤተክርስትያን ይመለስ

ጸሎት እያንዳንዱ አማኝ በግሉ ከአምላኩ ከእግዚአብሔር ጋር የሚያደርገው የተወደደ የህብረት ጊዜ እንደ ሆነ ይታወቃል፡፡ ሆኖም ብዙ ጊዜ የሚታየው ግን እንደ ፐሮግራምና ሃይማኖታዊ ስነስርዓት መፈጸም እየሆነ መጥቷል፡፡ አሁን በአማኙ ሕብረተሰብ የእግዚአብሔር ቃልና ጸሎት ወደ ጎን እየተውን ጊዜያችን በሶሻል ሚዲያው እየተበላ የግል፣ የቤተሰብና የቤተክርስቲያን መንፈሳዊ ሕይወት እየተጎዳ እናያለን፡፡ እግዚአብሔርን መስማትና ማድመጥ ስለማንችል የምንሰማውና የምናየው ሲወስደንና ሲመራን እንመለከታለን፡፡ በዚህም ምክንያት የግል፣ የቤተሰብና የቤተክርስቲያን ህልውና ሁሉ በትልቅ ጉዳት ላይ እንዳለን እንደ አማኝ ሕብረተሰብ ከየት ላይ እንደ ወደቅን ቆም ብለን ማሰብ ይጠበቅብናል፡፡ በዮሐንስ ራእይ ለሰባቱ አብያተ-ክርስቲያናት የተላከው መልእክት ላይ በሰባቱም አብያተ ክርስቲያናት ሲናገር ድል የነሳው፣ ድል የነሳው፣ እንዲሁም በአዲስ ኪዳን ብዙ ቦታ የአማኝ ሕይወት በክርስቶስ ኢየሱስ የድል የአሸናፊነት ሕይወት እንደሆነ ይናገራል፡፡ በአሸናፊው ጌታ አማኝ ለአሸናፊነት እንደተጠራ በመረዳት ወደ ጸሎትና ቃሉ እንመለስ፡፡ የእግዚአብሔር ቃል መጽሐፍ ቅዱስ እንደሚነግረን የአማኝ ሕይወት በቃሉና በጸሎት የሚያድግና የሚመራ መሆን እንዳለበት ነው፡፡ (ሐዋ. 6፡4፤ 1ኛ ጴጥ. 2:3፤ 2ኛ ጴጥ. 3:18)

ዶክተር ማይልስ በዓለም ዙሪያ አንድ መቶ ሠላሳ ስምንት አገር ለአገልግሎት በሄድኩበት ቦታ ሁሉ ከጥቂት አብያተ ክርስቲያናት በስተቀር ብዙዎቹ የጸሎት ቦታዎች በጣም ጥቂት ሰዎች፣ እነዚህም አረጋውያን ፣ብቻና ጥቂት ወጣት ሴቶች የሚታዩበት ሆነው አይቻቸዋለሁ ብለዋል፡፡ ይህን ስመለከት የጸሎት አገልግሎት ባጀትና ዕቅድ የለሽ የአረጋውያን ጊዜ ማሳለፊያ አድርጋ ቤተክርስቲያን ወደ ጎንና ኋላ የጣለችው እንደሆነ አይቻለሁ በማለት ይናገራል፡፡ የባሓማስን ደሴት ሕዝብ የእኔና የቤተሰቦቼንም ሕይወት የለወጠው የተሰበከው ወንጌልና የሚካሄደው የጸሎት ኃያል ነው፡፡ በቤተክርስቲያናችን

የሚካሄደው የጸሎት ህብረት ብዛት በየእሁዱ ከሚሰበሰበው ሕዝብ ይበልጣል፡፡ በሰኞ ምሽት ጸሎት የሌሎች አብያተ ክርስቲያናትም ጸሎቱን ስለሚናፍቁትና ስለሚወዱት የሚጸልየው ሕዝብ የሚበዛው ለዚህም ነው፡፡ የደሴቷ ታሪክም የተለወጠው የጸሎት ቦታው ለአረጋውያን ብቻ ሳይሆን ለአማኙ ሕዝብ ሁሉ ስለሆነ እግዚአብሔር በመንፈስ ቅዱስ ለውጥን ሰጥቶናል፡፡

በአሁኑ ጊዜ በአንዳንድ አካባቢ መልካም እንቅስቃሴ መኖሩ የማይካድ ቢሆንም አብዛኛው ግን ለጸሎት ጓዶች የተተወ ይመስላል፡፡ ዶክተር ማይልስ እንደሚለው ለአረጋውያንና ለአዳዲስ አማኞች የተተወ ይመስላል፡፡ ለአንዳንዶች የጸሎት ቦታ ለአገልግሎት መለማመጃና መሸጋገሪያ የሚመስላቸውም አይጠፉም፡፡ አሁንም ጸሎት የመድረክ ላይ አዋጅና ባዶ ፉከራ እየሆነ መጥቷል፡፡ እንዲያውም አንዳንድ ቦታዎች የጸሎት ሚኒስትሪ ያላቸው ሰዎች ይምሩት በማለት አማኙን ሕብረተሰብ የሚጸልይ ሳይሆን የሚናገር፤ በሚናገረውም የቃላት ብዛት በሚያመጣው ኃጢአት በክስና በሰይጣን ዲያቢሎስ ማስፈራራት የተጠራበትን የድል ሕይወት ሳይሆን እንደ ንጉሥ ሳኦልና እስራኤል (1ኛ ሳሙ. 17፡11) እየፈራ እንዲኖር ሆኖአል፡፡ እኛ ግን እግዚአብሔር እንደ ዳዊት እጃችን የሰጠንና የሚጸልዩ ሰዎች እንኳን ቦታ ባለመስጠት እኛ ያልተዋጋንበትን የጦር ልብስ በእነርሱ ላይ እየጫን ተለቀውና ተፈተው ጎልያድን በመጣል ለቤተክርስቲያንና ለአገር የድል እሩጫን እንዳይሮጡ የምናደርግ የቤተክርስቲያን መሪዎች ሆነን ተገኝተናል፡፡

በጸሎት ቦታዎችም ያለው ችግር እየተባባሰ ጉባኤውን በሚመሩት ንግግር መምራት ተጀምሮ እስኪጨረስ የንግግሩና የጥቅሶች ጋጋታ የሚጸልዩ ሰዎችን ተስፋ እያስቆረጠ ወደ ኋላም እያሉ የጸሎት ቦታዎች ለመዳከም ትልቅ እንቅፋት እየሆነ ይታያል፡፡ ያለ ስጦታቸው እኔ ካልመራሁ በማለት በሚፈጠር የእርስ በርስ ጦርነት መለያየትና ይበልጥ የጸሎት ህብረቶችን የሚያደክም እየሆነ መምጣቱ በየቦታው የሚታይ የተገለጠ ችግር

እየሆነ መጥቷል፡፡ ሌላው አዳዲሶች ሰዎች በትናንሽ ጉባኤ መምራትን ቃል ማካፈልን ሳይለማመዱ በትላልቅ ጉባኤ እንዲቆሙ በማድረግ እየተፈጠረ ያለው መጯጯህና ሁከት የእግዚአብሔር ጉባኤ እስከማይመስል እየታየ ያለ ችግር ሆኖአል፡፡

ሰው ለህብረት ተንበርክኮ በአንድ ልብ መጸለይ የጊዜው ፈተና እየሆነ መጥቷል፡፡ ሚስጥርን ተከፋፍሎ ለመጸለይ እየተፈራ የመጣበት ሁኔታ ላይ እንገኛለን፡፡ አንዱ እየማለደ ሲቃትት ሌላው በምስጋናና በእልልታ ድምጽ ማሰማት እየተለመደ መምጣቱ አንድ ላይ ሆኖ አንድነት የሌለበት ጉባኤ እየሆነ መምጣቱ ጤናማ እንዳልሆነ ማወቅና መረዳት ይኖርብናል፡፡ የመጀመሪያቱ ቤተክርስቲያን በአንድ ልብ ሆነው ይላል እንጅ በተከፋፈለ ልብና ሃሳብ አልነበረም፡፡ በልጆች፣ በወጣቶች መሠረታዊ የሆነ የጸሎትና የቃሉን መረዳት በመንፈስ ቅዱስ የሚያገኙትን የአሸናፊነት ሕይወት ከቤተሰብ እስከ ቤተክርስቲያን ለዚህ እውነት ለትውልዱ ልንጋደል ይገባናል እላለሁ፡፡

ጸሎት የሕይወት ህልውና ነው፣ ጸሎት ቃሉና መንፈስ ቅዱስ የእኛን ሕይወት በመለወጥና የውስጥ ደስታንና ጥንካሬን እየሰጠ የጌታን ፍቅር በልባችን እያፈሰሰ የሚመራን ኃይል እንደሆነ በናፍቆትና በጉጉት ልናደርገው ይገባናል፡፡ ምክንያቱም እግዚአብሔር ከእኛ ጋር እኛም ከእርሱ ጋር ማሳለፍ ከሁሉም የሚበልጥ እንደሆነ እየተረዳነው ስንሄድ ከእርሱ ጋር የምናጠፋው ጊዜ እርሱን ወደሚመስል ሕይወትና ድምጹንም በትክክል መለየት እንጀምራለን፡፡ ይህም ከግል ሕይወት እስከ ቤተሰብና ቤተክርስቲያን የእግዚአብሔርን መሪነት በመታመን የድሉ ባለቤት እንድንሆን ያደርገናል፡፡ ዛሬ ሰዎች በመሰላቸው ሁኔታ ሕይወታቸውን ከእግዚአብሔር ምሪት የሚያወጡ ጥቂቶች አይደሉም፡፡ ጸሎት የሌሎች ችግርና መከራ ተሰምቶን በእግዚአብሔር ፊት ስለ እነርሱም ነፍሳችንን የምናፈስበት የጌታን ልብ ይዘን የምንቃትትበት ስፍራ ሊሆን ይገባል፡፡ እውነተኛ አማኝ ከእርሱ ተርፎ ለሌላው መኖር

የሚችልበትን አቅምና ኃይል በመንፈስ ቅዱስ አግኝቶ የሚኖርበት የጽድቅና የቅድስና ሕይወት መኖር ሲችል ነው፡፡

ጆን ዊስሊን የጽድቅና የቅድስና ጉልበት ሰይጣንና ዓለም ኮፒ የሚያደርገው የድል መንገድ ነው ይላል፡፡ ዛሬ ሰይጣን የብዙ አገልጋዮችን ሕይወት የበላበት ከጽድቅ ሕይወት በማጉደል ነው፡፡ ጸሎት ለሁሉም አማኝ የተሰጠ ከአምላኩ ጋር የሚገናኝበት የሕይወት እስትንፋስ ነው፡፡ ጸሎት ለቤተክርስቲያን የመጀመሪያው፣ ለወንጌልም አገልግሎት ዋና እንደሆነ መሪዎች ወደዚህ መረዳት መመለስ ይኖርብናል፡፡ የጌታ የመጀመሪያውና ዋናው አገልግሎት ከአባቱ ጋር የሚያሳልፈው ጊዜ እንደ ነበር ወንጌላት ይነግሩናል፡፡ እንዲሁም የደቀመዛሙርቱ፣ የሐዋርያቱና የመጀመሪያቱ ቤተክርስቲያን ጸሎት ህልውናቸው እንደ ነበር በሐዋርያት ሥራና በመልእክቶቻቸው መረዳት እንችላለን፡፡ እኛ የእግዚአብሔርን መቅደስ ሕይወታችን እያፈረስን ትላልቅ ሕንጻ ለመገንባት እንጋደላለን፡፡ የጸሎትና የቃሉን የፈረሰውን መሠዊያ ለመሥራት ነው መጋደል ያለብን፡፡ የጸሎት ሕይወት የተረጋጋ በአምላኩ ያረፈ በሁኔታ የማይወሰድ ሕይወት ያስገኛል፡፡ እስኪ ከግል እስከ ቤተሰብና ቤተክርስቲያን ወደዚህ የጸሎት ሕይወት ለመመለስ የፈረሰውን የጸሎትና የቃሉን መሠዊያ ለመሥራትና እሳቱን ዘወትር እንዳይጠፋ የክህነት አገልግሎታችን ለመወጣት እንትጋ እንነሳ ጌታም ጸጋውን ይሰጠናል፡፡ (ዘሌ. 6:12-13)

ጾምና ጸሎት በብሉይና አዲስ ኪዳን

የእግዚአብሔር ቃል በመጽሐፍ ቅዱስ በተለይም በብሉይ ኪዳን ብዙ ቦታዎች ስለ ጾምና ጸሎት በሚመለከት በስፋት ለትምህርታችን ተጽፎልናል፡፡ እንዲሁም በአዲስ ኪዳንም ቢሆን ጾምና ጸሎት አልቀረም፣ እንዲያውም ሆድን ማስራብ ብቻ ሳይሆን ሥጋ አምጣ አምጣ የሚለውን ሁሉ በመንፈስ አሸንፎ መኖርን አብዝቶ በጌታ ፊት ማሳለፍን በጥንቷ ቤተ ክርስቲያንም ሆነ አሁን ባሉት ጾምና ጸሎት የሰውን ሁለንተና ለእግዚአብሔር ሕያውና ቅዱስ መሥዋዕት አድርጎ በማቅረብ ሥጋን በመንፈስ ቅዱስ ኃይል በማስገዛት የሚኖር ህይወት እንደሆነ ያስተምረናል፡፡ ከዚህ በመቀጠል በዝርዝር የምንመለከተው ለጸሎት ህይወታችን እንዲረዳን በማሰብ፣ እንደ እግዚአብሔር ቃልና እንደ መንፈስ ቅዱስ ምሪት እንድናደርገው የሚረዳን ይሆናል ብዬ አምናለሁ፡፡

በብሉይና አዲስ ኪዳን ጾምና ጸሎት

1. አንተ ካልተቀበልኸው፣ ስለ ምን ብለን ጾምን? ይላሉ፡፡ (ኢሳ. 58፡3)

2. አንተ ከጉዳይ ካልቈጠርኸው፣ ስለ ምን ራሳችንን አዋረድን? ይላሉ፡፡ (ኢሳ. 58፡3)

በጾሙ ጊዜ የሚያደርጓቸው

- የልባቸውን ያደርጋሉ፤ (ኢሳ. 58፡3)
- ሠራተኞቻችሁንም ትበዘብዛላችሁ (ኢሳ. 58፡3)
- በጥልና በክርክር፣ ትጾማላችሁ፣ (ኢሳ. 58፡4)
- ጾማችሁ በግፍ ጡጫና በመደባደብ ይፈጸማል፤ (ኢሳ. 58፡4)
- ድምጻችሁ ታሰሙ ዘንድ ዛሬ እንደምትጾሙት አትጹሙ (ኢሳ. 58፡4)
- እኔ የመረጥሁት ጾም እንዲህ ያለውን ነውን? (ኢሳ. 58፡5)

እግዚአብሔር የሚፈልገው ጾም

- ራስን ዝቅ በማድረግ (ኢሳ. 58፡5፤ 57፡14-15)
- እግዚአብሔር በመፍራትና በትህትና (ኢሳ. 58፡5፤ 66፡2)
- እግዚአብሔር የሚመርጠው ጾም፤ (ኢሳ. 58፡6)
- የበደልን እስራት መፍታት፤ (ኢሳ. 58፡6)
- የታሰሩ ይፈቱ ዘንድ ነው (ኢሳ. 58፡6)
- የተገፉት አርነት እንዲወጡ፤ (ኢሳ. 58፡6)
- ምግብህን ለተራበ ትርቆስ ዘንድ (ኢሳ. 58፡7)
- ድሆችንና ችግረኞችን ታስብ ዘንድ፤ (ኢሳ. 58፡7)
- ችግረኞችንና የታረዙትን አይቶ አለመደበቅ፤ (ኢሳ. 58፡7)

እነዚህን ከላይ የተጠቀሱትን ስናደርግ ውጤቱ

1. ብርሃንህ እንደ ብርሃን ይበራል፤ (ኢሳ. 58፡8)

2. ፈውስህ ፈጥኖ ይበቅላል፤ (ኢሳ. 58፡8)

3. መንገድህ የጽድቅ ይሆናል (ኢሳ. 58፡8)

4. የእግዚአብሔር ክብር በኋላ ሆኖ ይጠብቅሃል፤ (ኢሳ. 58፡8፤ 11)

5. እግዚአብሔርን ትጠራለህ እርሱም ይሰማሃል፤ (ኢሳ. 58፡9፤ ኤር. 29:12-13)

መወገድ ያለባቸው ባሕርያት

1. እስራትን ብታርቅ፤ (ኢሳ. 58፡9)

2. ጣት መቀሰርህን ብትተው (ኢሳ. 58፡9)

3. ባታጉረመርም ይላል (ኢሳ. 58፡10)

የብሉይ ኪዳን ጾምና ጸሎት አቀራረብ

1. እግዚአብሔር ሙሴን ሲያነጋግር የቆየበት አርባ ቀንና ሌሊት የመጀመሪያው ጾም፤ (ዘጸ. 34:27-28)

2. የእግዚአብሔርን ምሪትና ጥበቃ ለማግኘት የቀረበ ጾምና ጸሎት፤ (ዕዝራ 8:21-23)

3. ነህምያ ስለ ሰማው የሕዝብና የአገር ችግር በእግዚአብሔር ፊት ጾምና ጸሎት፤ (ነህ. 1:4)

4. የእስራኤል ሕዝብ እንደ ሕዝብ ኃጢአትን ለመናዘዝና ምህረትን ለመለመን የተደረገ ጾምና ጸሎት፤ የእግዚአብሔር ሕግና ቃሉ (ነህ. 9:1-3)

5. አስቴርና መርዶኪዎስ በእስራኤል ሕዝብ ላይ የመጣውን የጥፋት ፍርድ ለማስገልበጥ ጾምና ጸሎት፤ (አስ. 4:13-17)

6. እግዚአብሔር በኤርምያስ የተናገረውን ሰባውን ዓመት በማሰብ የንስሐ ጾምና ጸሎት፤ (ዳን. 9:3-19)

7. የነነዌ ሰዎች ከክፉ መንገዳቸው ምሕረትን የለመኑበትና የተቀበሉበት ጾምና ጸሎት፤ (ዮናስ 3:5-10)

8. የእግዚአብሔር ሥራ በመረጠው ሕዝብ ላይ እንዲታይ ጾምና ጸሎት (ዘካ. 8:19-23)

የአዲስ ኪዳን ጾምና ጸሎት

1. ጌታችን ኢየሱስ ክርስቶስ አርባ ቀንና ሌሊት በመንፈስ ተመርቶ ያደረገው ጾምና ጸሎት፤ (ማቴ. 4:1-2)

2. ስምዖን በመንፈስ የጸሎት መረዳት የነበረው በጾምና ጸሎት እግዚአብሔርን የሚጠባበቅ ነበር፤ (ሉቃስ 2:25-32)

3. ሐና በጾምና ጸሎት በቤተ መቅደስ የምትተጋ ነበረች (ሉቃስ 2:36-38)

4. እነዚህም ጌታን ሲያመለኩና ሲጾሙ መንፈስ ቅዱስ በርናባስንና ሳኦልን ለጠራኋቸው ሥራ ለዩልኝ አለ፤ (ሐዋ. 13፡2)

5. ሐዋርያው ጳውሎስ ብዙ ጊዜ በመጾም ስለ አብያተ ክርስቲያናት ጉዳይ፤ (2ኛ ቆሮ. 11:27-28)ይማልድ ነበር

- በመንፈስ የሥጋን ሥራ መግደል (ሮሜ 8:13)
- በመጾም፣ በንጽሕና፣ በእውቀት፣ በትዕግስት፣ በቸርነት፣ በመንፈስ ቅዱስ ግብዝነት በሌለበት ፍቅር፣ በእውነት ቃል፣ በእግዚአብሔር ኃይል፣ በጽድቅ ጦር ዕቃ፤ (2ኛ ቆሮ. 6:6-7)
- በመንፈስ ተመላለሱ የሥጋን ምኞት አትፈጽሙ፤ (ገላ. 5:16-17)

የጾምና ጸሎት መጣመርና መገናኘት

ጾምና ጸሎት ራስን ከሥጋዊ ፍላጎቶቻችን በመግታት እግዚአብሔርን በመራብና እርሱን በመሻት የሚመራ ስርዓታዊ መንፈሳዊ ህይወት መምራት ማለት ነው፡፡ ይህም ጾምና ጸሎት ትህትናና በተዋረደ ልብ በታላቁ በእግዚአብሔር ፊት ሁሉም ነገር አንሶብን

እግዚአብሔር ብቻ ተልቆብን የምናይበት ህይወት ነው፡፡ (ዳን. 6:10-11) የጾምና የጸሎት ዋና ሐሳብ ሰው እንዲያውቅልን ሳይሆን ራሳችንን በእግዚአብሔር ፊት የምንሆንበት እንደሆነ ማወቅና መረዳት ይጠቅማል፡፡ (ማቴ. 6:7-8) ጾምና ጸሎት አብሮ የሚያያዝበት የረሀብ አድማ ሳይሆን ሥጋ የሚፈልገውን ሁሉ እንቢ በማለት ሥጋን በመንፈስ በማሸነፍ የምንለማመድበት ራስን የመግዛት የምንማርበት ጾምና ጸሎት ነው፡፡ (ምሳሌ 16:32፤ ሮሜ 8:13) የወንጌል አገልጋይ የነበረች ኮሪ ቴቦ ስለ ጾምና ጸሎት ባስተማረችውና በጻፈችው ውስጥ ሥጋ አምጣ አምጣ የሚለውን ሁሉ እምቢ በማለት ለመንፈስ ቅዱስ ራስን ማስገዛትና በመገኘቱ ህይወትን መለማመድ ነው በማለት በጾምና በጸሎት የሚተጉትን ሁሉ ወደዚህ ልምምድ እንዲገቡ በጥብቅ ትመክራለች፡፡

በመጽሐፍ ቅዱስ የግል የህብረት ጾምና ጸሎቶች ተመዝግበውልናል

የግል የህብረት ጾምና ጸሎቶች የእግዚአብሔር ቃል የሚያዘን ከሆነ ለምንድነው ጌታ ኢየሱስ ክርስቶስ የአደባባይ ጾምና ጸሎትን የተቃወመው? የጌታ ተቃውሞና ትምህርት ጾምና ጸሎቶች ለታይታና ስርአታዊ ሃይማኖት እንዳይሆን እንድንጠነቀቅ ነው፡፡ (ማቴ. 6:7) ለምሳሌ በመጽሐፍ ቅዱስ እንደ ግል እንደ ህብረት የተደረጉትን ጾምና ጸሎቶችን ስንመለከት፡-

- ነህምያ የኢየሩሳሌምን መፈራረስና መቃጠል በሰማ ጊዜ፤ (ነህ. 1:4)
- የእስራኤል ሕዝብ ከስደት ከተመለሰ በኋላ ድብልቁን ሕዝብ ለመለየት ለመቀደስ በጾምና ጸሎት የእግዚአብሔርን ቃል በማንበብ ለመታዘዝ ለመንፃት ያደረጉት የህብረት ጾምና ጸሎት እናያለን፡፡ (ነህ. 9:1-3)
- አስቴርና መርዶኪዎስ ለአይሁድ የወጣውን የጥፋት አዋጅ በእግዚአብሔር ፊት በጾምና ጸሎት በመሆን የሞትን የጥፋትን አዋጅ ለህይወት አስለውጠዋል፡፡ (አስ. 4:3)

- እንዲሁም ነብዩ ዳንኤል እግዚአብሔር በኤርምያስ የተናገረውን በማሰብ የቀረበበት፤ (ዳን. 9:3)
- እንዲሁም እግዚአብሔር በኢዩኤል በጾምና በጸሎት ወደ እኔ በንስሐ ተመለሱ በማለት ይናገራል፡፡ (ኢዩ. 2:12-17)
- እንዲሁም በአዲስ ኪዳን ጾምና ጸሎት እግዚአብሔርን ከማምለክና ከመፈለግ ጋር እንደሆነ ያስተምረናል፡፡ (ሐዋ. 13፡2፤ ሉቃስ 2:32-38)
- ዕዝራም ከአግዚአብሔር የቀናውን መንገድና ምሪት ለመፈለግ ጾምና ጸሎትን በማወጅ አግዚአብሔር የሚያስፈልገውን ንጉሡን አዘዘለት፡፡ (ዕዝራ 8:21-23)
- ሐዋርያው ጳውሎስ የተሰጠውን ራእይና ሸክም ለመወጣት በጾምና በጸሎት ይተጋ ነበር፡፡ (2ኛ ቆሮ. 11:27-28)
- እንዲሁም ሐዋርያው እግዚአብሔር ብዙ የአገልግሎት በሮች ቢከፍትለትም ብዙ ተቃዋሚዎችንም በጸጋው ኃይል በድል ለመመላለስ በጾምና በጸሎት ራሱን ለመንፈስ ቅዱስ ያስገዛ እንደ ነበር ለትምህርታችን ተጽፎልናል፡፡ (2ኛ ቆሮ. 6:6)
- ጌታ ኢየሱስ አገልግሎቱን ከመጀመሩ አስቀድሞ አርባ ቀንና ሌሊት በጾምና በጸሎት እንደ ነበር የእግዚአብሔር ቃል ያስተምረናል፡፡ (ማቴ. 4:1-2)
- ሙሴ በጾምና ጸሎት ከእግዚአብሔር ጋር ቆይቶ ነበር(ዘጸ. 34:27-28)

ጾምና ጸሎት ለምን ያስፈልጋል ?

1. እግዚአብሔርን ራሱን ለመፈልግና ለማምለክ፤ ስጦታውን ሳይሆን ሰጪውን ለመገናኘት፤ በእርሱነቱ ለመርካትና ሐሴት ለማድረግ፤ (መዝ. 63፡1-3)

2. እግዚአብሔርን መፈለጋችን ፀንተን በፊቱ ለመቆምና ሩጫችንን ለመጨረስ የሚያስችል ጸጋን ለመቀበል ነው፡፡ (መዝ. 105፡4)

3. ጌታን ለማምለክና የመንፈስ ቅዱስ ድምጽ እንድንሰማና የእርሱን ሐሳብ አገልግለን እንድናልፍ እንዲያደርገን፡፡ (ሐዋ. 13፡2-4፤ 13፡36)

4. የእግዚአብሔር አገልጋዮች ጥሪ ያላቸውን አገልጋዮች በጾምና በጸሎት በመቆየት ለተጠሩበት አገልግሎት በጸሎት ለመለየት ይደረጋል፡፡ (ሐዋ. 14፡23)

5. እግዚአብሔር የሐናን ማህፀን ዘግቶት ስለ ነበር ከእግዚአብሔር መልሰንና የልጁን በረከት ለመቀበል (1ኛ ሳሙ. 1፡5-7)

6. አስቴር ምንም እንኳን እርሷ ቤተ መንግሥት ብትሆን የሕዝቧን መጥፋትና መደምሰስ ምሕረትን ከሰማይ አምላክ ከእግዚአብሔር ለመቀበል በጾምና በጸሎት ሕዝቧን አተረፈች፡፡ (አስ. 4፡13-16)

7. ንጉሥ ኢዮሳፍጥ በዙሪያው ጠላት በከበበው ጊዜ ሕዝቡን ይዞ ጾምና ጸሎትን በማወጅ የእግዚአብሔርን ፊት ለመፈለግ ፊቱን አቀና፤ የራሱን ኃይልና ጦር ሳይሆን የእግዚአብሔርን እርዳታ መታመን ሆነለት፤ ድልም ተቀዳጀ፡፡ (2ኛ ዜና. 20፡3-4)

8. ጌታችን እርሱ ሲሄድ ተከታዮቹ ደቀመዛሙርት መጾም እንዳለባቸው ስለተናገረም ነው፡፡ (ሉቃስ 5፡34-35)

9. የእግዚአብሔር መንግሥት የአብያተ ክርስቲያናት ጉዳይ በጾምና በጸሎት ለእግዚአብሔር ለማሳሰብና ጸጋን ለመቀበል፤ (2ኛ ቆሮ. 11:27-28)

10. በሕዝብና በአገር ላይ ረሀብና ጦርነት እግዚአብሔርን ባለመታዘዝ ከሚመጣ ቅጣት ለማምለጥና ምሕረትን ለመቀበል የሚደረግ ጾምና ጸሎት በብዙ ቦታዎች መጽሐፍ ቅዱስ ያስተምረናል፡፡

- (አስ. 3:4-10)
- (ዮናስ 3:4-10)
- (ኢዩ. 2:12-17)
- (2ኛ ዜና. 20:3-4)
- (2ኛ ዜና. 7:14)
- (2ኛ ሳሙ. 12:16)

11. ሥጋን በመንፈስ አሸንፎ በህይወት ለመኖር ይጠቅማል፡፡ (ሮሜ 8:13)

12. በመንፈስ ለመመራትና ለመመላለስ ስለሚረዳን ነው፡፡ (ሮሜ 8:14፤ ገላ. 5:25)

13. ራስን በመግዛት ለጸሎት ራስን ለማዘጋጀት ስለሚጠቅመን ነው፡፡ (1ኛ ቆሮ. 7:5)

14. ወደ ጌታ በመቅረብ እምነትን ለማሳደግ፤ ጠላትን ድል ለማድረግ ጾምና ጸሎት ስለሚረዳን ነው፡፡ (ማቴ. 17:14-21፤ ኢሳ. 58፡14)

15. አንደበትን ለመግታትና ከዚህ ዓለም ጉዳይ ራስን ለመጠበቅና እግዚአብሔርን ለማምለክነው (ያዕ. 1:26-27)

የጾምና የጸሎት ዓይነቶች

ስለ ጾምና ጸሎት ዓይነቶች ማወቅ የሚገባን ትልቁ ቁም ነገር እንድንራብና እንድንጠማ መሆናችን አይደለም፡፡ ምን ያህል በመንፈሳዊ ሕግ ራስን በማስገዛትና አንደበትን በመቆጣጠር የህይወት ለውጥ ለማሳየት እንችላለን፤ምን ዓይነት እርምጃዎችን እንወስዳለን? ምን ያህል መንፈሳዊ ፍሬዎችን በጾምና በጸሎቶቻችን አግኝተናል? በእኛ በአገር ውስጥም ሆነ በውጭ አገር ያለነው ብዙ እንደ ግልም በህብረትም ጾምና ጸሎት ሲደረግ አይቻለሁ፡፡ ጾምና ጸሎቱ ሲያልቅ የረሃብ አድማ እንደቆዩ የሚያስመስል ነገር አይቻለሁ፡፡ይሄውም ከጾምና ከጸሎቱ በኋላ የተጣሉ እህቶችን የተለያዩ ቤተክርስቲያን መሪዎችንም አይቻለሁ፡፡ እንግዲህ እዚህ ላይ ቆም ብለን ማሰብ ያለብን ጾምና ጸሎቱ በእነዚህ ግለሰቦች ያመጣው የህይወት ለውጥ የለም ማለት ነው፡፡ ጾምና ጸሎት በህይወታችን ለውጥ ካላመጣ መጾምና መጸለይ ምንም ፋይዳ የለውም፡፡ ዶክተር ቢል ብራይት< ጥሪ ለአሜሪካ ጾምና ጸሎት> በሚለው መጽሐፋቸው ላይ ጾምና ጸሎት በግል ህይወታችን፣ በአገልግሎታችን፣ በምድራችን፣ በሕዝባችን እግዚአብሔርን በመታመን ለውጥ የምናይበት ነው ብለዋል፡፡ ዛሬ ብዙ በዓለም ዙሪያ ታላቁ ተልዕኮ የሚለውን አገልግሎት የጀመሩና በሁለት ሰው የተጀመረ አገልግሎት እሳቸው ወደ ጌታ ሲሄዱ ስድስት ሺህ ወንጌላውያን በዓለም ዙሪያ በታላቁ ተልዕኮ ዙሪያ ለማየት በቅተዋል፡፡

ዶክተር ቢል ብራይት አራት ጊዜ አርባ በፈሳሽ ብቻ የጾሙ የእግዚአብሔር ታማኝ አገልጋይ ናቸው፡፡ ስለ ዶክተር ቢል ብራይት ወንጌላዊ ቢሊ ግርሃም ሲጠየቁ እንደ ቢል ብራይት እንደገና አገልግሎት ብጀምር ከጌታ ጋር ማሳለፍና አንድ ለአንድ ሰዎችን የክርስቶስ ተከታይ አደርጋለሁ በማለት መስክረውላቸዋል፡፡ ስለዚህ የእኛም ጾምና ጸሎት ለወጥና ፈውስ እንዲያመጣ ከተፈለገ እኛና ጌታ መገናኘት አለብን በማለት እመክራለሁ፡፡ በአዲስ ኪዳን ጾምና ጸሎትን ብዙ የተጠቀመው ሐዋርያው ጳውሎስ ገንዘብና ቁሳቁስ ሳይሆን ከቅዱሳን የሚጠይቀው ጸሎትን ነበር፡፡ (2ኛ ቆሮ. 6:6፤ ኤፌ. 6:18-19) ለዚህም ነው ከአዲስ ኪዳን ብዙ መልእክቶችንና ወንጌልን ለሦስት አህጉራት

ለማድረስም ያስቻለው፡፡ እንግዲህ ከዚህ በመቀጠል የጾምና ጸሎት ዓይነቶችን በአጭሩ እንመለከታለን፡፡

የጾም ዓይነቶች

- ኢየሱስና ሙሴ አርባ ቀን ያለ ምግብና ውኃ የጾሙበት፤ (ዘጸ. 34:27-28፤ ማቴ. 4:1-4)
- ከፊል ጾም ከሥጋና ከቅባት በመቆጠብ የሚጾም ጸሎት፤ (ዳን. 10:3)
- ለአንድ ሙሉ ቀን ከምግብና ከውኃ በመራቅ መጾም፤ (መሣ. 20:26፤ 1ኛ ሳሙ. 14:24)
- ለሰባት ቀናት በጾምና በጸሎት በእግዚአብሔር ፊት መቆየት፤ (1ኛ ሳሙ. 31:13)
- የነነዌ ሰዎች ለሦስት ቀናት ከምግብና ከውኃ የተከለከሉበት የሕዝብ ወደ እግዚአብሔር ምሕረትን ለመለመንና ከክፉ መንገድና ሃሳባቸው ለመመለስ በንሰሐ ያቀረቡት ጾምና ጸሎት፤ (ዮናስ 3:4-10)
- እንዲሁም ባለ ትዳሮች በጾምና ጸሎት ጊዜያቸው ግብረ ሥጋ ግንኙነት የሚቆጠቡበት፤ (1ኛ ቆሮ. 7:5)
- ሐዋርያው ጳውሎስ የጌታ ድምጽ በደማስቆ መንገድ ከሰማ በኋላ ለሦስት ቀናት አልበላም አልጠጣም ይላል (ሐዋ. 9፡9)

እንግዲህ እነዚህ ለትምህርታችን እንደ መመሪያ እንዲሆኑን የእግዚአብሔር ቃል ይመክረናል፡፡ በዶክተር መድሐኒት ለሚወሰዱ ምክሬን በደንብ አስተውሉልኝ አዲስ ኪዳን ሥጋን በረሃብ ማጎሳቆል ሳይሆን ሥጋን በመንፈስ መሻቱን መግደል ነው፡፡ (ሮሜ 8:13) ደግሞም ጌታ ኢየሱስ ክርስቶስ ለኃጢአተኛ ይቅርታን፣ ለበሽተኛ መድሐኒት እንዲያስፈልገው በግልጽ ይናገራል፡፡ (ሉቃስ 5:31-32) ስለዚህ አሁን ጾምና ጸሎትን

ስናስብ ሆድን ማስራብ ብቻ ሳይሆን ራስን ለመንፈስ ቅዱስ በማስገዛት የፍቅርና የትሕትናን ጸጋ በመቀበል ጌታን በእኛ ህይወት እንዲታይ ማድረግ ነው፡፡

ጾምን ዋጋ የሚያሳጣው ከንቱ ድካም የሚሆነው

- ሃይማኖታዊ ሥርዓት ለመፈፀም ስለ ባልንጀራችን የማይገደን ስንሆን፤ (ኢሳ. 58፡3-4፤ ፊል 2:4)
- ራሳችንን ለማሳየትና ለማስከበር በአስመሳይነት ሲደረግ (ማቴ. 6:16-18፤ ገላ. 6:3፤ ዘካ. 7:5)
- እኛ የምንፈልገውን ለማስፈፀም የእግዚአብሔርን እጅ ለመጠምዘዝና በራስ ምኞት መሄድ (ኢሳ. 58፡3)
- ለጥልና ለክርክር ሌላውን በሐሰት አድማ ለመጉዳት፤ (ኢሳ. 58፡4፤ 1ኛ ነገ. 20:11-14)

ጾምና ጸሎትን ከንቱና ዋጋ ቢስ እንዳይሆንብን ራስን በመመርመርና (1ኛ ቆሮ. 11:31፤ 2ኛ ቆሮ. 13:5) በዓላማ መዘጋጀት እንደሚጠቅመን በቅድሚያ መታወቅ ይኖርበታል፡፡ (አሞጽ 4:12-13)

ጾምና ጸሎቶቻችን አካሄዶችን ማወቅ

- የምንጸልይበትን ጾምና ጸሎት ያስፈለገበትን ጉዳይ በግልጽ ማወቅና ማሳወቅ፤ (1ኛ ሳሙ. 7:7)
- ጾምና ጸሎቶቻችን በፈሳሽ ብቻ በጥራጥሬ ከምግብና ከውኃ ለመራቅ ራስን ማዘጋጀትና መወሰን፤ (አሞጽ 4:12-13)
- መንፈሳዊ ዝግጅት ማድረግ፣ እግዚአብሔር የማይከብርበትን መናዘዝና ማስወገድ፤ (ቆላ. 3:8፤ ኤፌ. 4:31)

- የጾምና ጸሎት ጊዜያችንን ማቀድና ዝግጅት በማድረግ መቅረብ፤ (ምሳሌ 16:1)
- የምናጠናውን የእግዚአብሔር ቃል መምረጥ፣ ማጥናትና ማሰላሰል፤ (ኢያሱ 1፡ 8-9)
- ብኩንነትንና ሩጫን መቀነስ፣ ሃሳባችን መንፈሳዊ ነገሮች ላይ እንዲያተኩር ማድረግ፤
- የጾምና ጸሎት ትኩረቱ ፀጥና ዝግ በማለት እግዚአብሔርን ለመምሰል እንደሆነ መረሳትና መዘንጋት የለበትም፤ (1ኛ ጢሞ. 2:1-2)
- እግዚአብሔር በውስጣችን ያስቀመጠውን ችሎታና ጸጋን ለይተን ከእርሱ የተቀበልነውን በታማኝ መፈፀም፤ (ሐዋ. 13፡36)
- እግዚአብሔርን ጾምና ጸሎቶቻችን ለማምለክና በእርሱ ህልውና ውስጥ ለመሆን እንጠማው፤ (ሐዋ. 13፡2)

እንዲሁም ጾምና ጸሎት ከመጀመራችን በፊትና ስንጨርስ መጠንቀቅ ያለብን መጀመሪያ ምግብን በመጠኑ መቀነስ ማስለመድ፣ ስንጨርስም እንደ ሾርባና አጥሚት ፈሳሽ በሆኑ ቀላል ምግቦች በማስለመድ ወደተለመደው የአመጋገብ ዓይነት መመለሱ መልካም ነው፡ ፡ የጾምና የጸሎትን መንፈሳዊነትን ባለመረዳት በሽታ ላይ የወደቁ መድኃኒት በመጣል የሞቱ እንዳሉም በማወቅ ልንጠነቀቅና ልናስተውል ይገባናል፡፡

ጾምና ጸሎት የሚያስገኘው ጥቅም

1. የእግዚአብሔርን ራእይ እንድንቀበል እንድናከናውን ያደርገናል፡፡ (ነህ. 1:4፤ 6:15-16)

2. ከእግዚአብሔር ዘንድ ረድኤትና ምሪትን እንድንቀበል ያደርገናል፡፡ (ዕዝራ 8:21-23፤ ኢሳ. 58፡11)

3. ከከበበን የጠላት ከበባ በድል እንድንወጣው ያደርገናል፡፡ (2ኛ ዜና. 20:3-4)

4. በጸሎት በመንፈስ በመሆን የጠበቅነውን የተስፋ ቃል ያሳየናል፡፡ (ሉቃስ 2:25-29)

5. በጾምና ጸሎት የጠበቅነውን እንድናየውና እንድንናገረው ያደርገናል፡፡ (ሉቃስ 2:36-38)

6. በሰማይና በምድር ያለ አባትነት ከሚሰየምበት ፊት እንድንበረከክ ያደርገናል፡፡ (ኤፌ. 3:14-15)

7. የእግዚአብሔርን የልቡን ሃሳብ እንድንካፈል እንድንሰማ ያደርገናል፡፡ (አሞጽ 4:13)

8. እግዚአብሔርን ፊት ለፊት ድምጹን እንድንሰማና እንድናነጋግረው ያደርገናል፡፡ (ዘጸ. 33:9-11)

9. እግዚአብሔር ራሱን እንዲገልፅልን ያደርገናል፡፡ (ዮሐ. 14:21)

10. እግዚአብሔር በመከራ ፅናትና ትዕግስትን ይሰጠናል፡፡ (ዳን. 6:10-11፤ ማቴ. 26:36-42)

11. ከእግዚአብሔር የተዘጋጀውን መንፈስ እንድንቀበል ያደርገናል፡፡ (ማቴ. 26:41፤ ሉቃስ 11:1-3)

12. እግዚአብሔርን በመተማመን ሰላማችን የበዛና የተጠበቀ ይሆናል (ኢሳ.26፡3-4፤ ዮሐ. 14:27)

13. እግዚአብሔር ፈቃዱን እንዲገልፅልን ይሆናል (1ኛ ተሰ. 5:16-18)

14. መንፈስ ቅዱስ ምሪት አገልግሎታችንን እንድንወጣ ያደርገናል፡፡ (ሐዋ. 13፡2-4)

15. ከእግዚአብሔር የጸሎት መልስን እንድናገኝ ያደርገናል፡፡ (ኤር. 29:12-13)

16. ከክፉ መንገዳችን ወደ እግዚአብሔር ሃሳብ እንድንመለስ ያደርገናል፡፡ (ዮናስ 3:4-10)

17. በንስሐ ለቃሉና ለመለየት ለመቀደስ እንድንታዘዝ ያደርገናል፡፡ (ነህ. 9:1-3)

18. የፈረሱት እንደገና ይሠራሉ፣ ተሓድሶን ያገኛሉ፡፡ (ኢሳ. 58፡12)

19. ብርሃናችን እንደ ንጋት ያበራል፣ የእግዚአብሔር ክብር ይከበናል፡፡ (ኢሳ. 58፡8)

20. በእግዚአብሔር መገኘት የረሰረስንና እንደሚጠጣ ገነት እንሆናለን፡፡ (ኢሳ. 58፡11)

21. የእግዚአብሔርን ፊት የምንጠማና የምንፈልግ ያደርገናል፡፡ (መዝ. 63:1-3፤ ማር. 1:35)

22. በማለዳም በቀትርም በምሽትም በሌሊትም ከእርሱ ጋር ማሳለፍ የሚያረካንና የማንሰለቸው ያደርገናል፡፡ (መዝ. 5:3፤ ዳን. 6:10፤ ዳን. 9:20-23፤ ማቴ. 14:23፤ ማር. 1:35፤ ሉቃስ 6:12-13፤ ሐዋ. 1:14)

23. እርሱን በመምሰል በእርጋታና በፀጥታ እንድናርፍ ያደርገናል፡፡ (ምሳሌ 1:35፤ 1ኛ ጢሞ. 2:1-2)

24. ከሰይጣን መውጊያ በላይ የምንኖርበትን ጸጋ ያስገኛል፡፡ (2ኛ ቆሮ. 6:6፤ 12:9)

25. በጌታ ደረት ላይ እንድናርፍና ሚስጥርን እንድንካፈል ያደርገናል፡፡ (ዮሐ. 13:23-26)

መጸለይ የሚችሉ መጾም ግን የሌለባቸው

1. አካላዊ ድካምና የሆኑ፤

2. ከደም ጋር የተያያዘ በሽታ ያለባቸው፤

3. ዲያሌሲስ የሚያደርጉ፤

4. ለኩላሊት በሽታ መድኃኒት የሚወስዱ፤

5. አስቸጋሪ የሆነ በሽታ ያለባቸው፤

6. እርጉዝ የሆኑ ሴቶች፤

7. የሚያጠቡ እናቶች፤

8. ከምግብ ጋር የሚወሰድ መድኃኒት የሚወስዱ፤

9. ራሳቸውን መቆጣጠር (ዲሲፕሊን) የማይችሉ፤

10. ጾምና ጸሎትን ያልተረዱ፤

እነዚህ ሃሳቦች የተወሰዱት አራት ጊዜ በፈሳሽ ብቻ በጾምና ጸሎት ካሳለፉት ዓለም አቀፍ ታላቁ ተልዕኮን የመሰረቱት ከዶክተር ቢል ብራይት <የአሜሪካ ጥሪ ጸሎትና ጾም> በሚለው መጽሐፋቸው ነው፡፡ እንዲሁም ዶክተር ጳውሎስ ፕሮፌሰር እሪቻርድ ፎስተር የወንጌል እሳት ጾምና ጸሎት በተባሉት መጽሐፎቻቸው የተገኙ ማሳሰቢያዎችና ጾምና ጸሎት ራስንም ከማዘጋጀት ጋር የተሰጡ ጠቃሚ መመሪያዎች ናቸው፡፡ እንደዚህ ዓይነት መጽሐፎችንም ማንበብ ከእግዚአብሔር ቃል ጋር ያለንን ቅርበትና የሚያስገኘውንም ጥቅም ይበልጥ እንድንወደው ያደርገናል፡፡

ጾምና ይቅር ማለት ለጤና የሚሰጠው ጥቅም

ስለ ጾምና ይቅር ማለት ለጤና የሚሰጠው ጥቅም ጆን ሆፕኪን ዩኒቨርስቲና ሀርቫርድ ዩኒቨርስቲ በ1996 የሜዲካል ጋዜጦች ላይ በደረሱበት ጥናት ይቅር የማይሉ ሰዎች ወደ ሃያ ሁለት ዓይነት በሽታዎች እንደሚያስከትልባቸውም ጽፈዋል፡፡ እንዲሁም ጾምና ይቅር

ማለት ለጤና ጥቅም እንደሚሰጥና መንፈሳዊ ሰዎች የሚጸልዩም በሽታን ለመቋቋም የውስጥ ጥንካሬ እንደሚኖራቸው በጋዜጦቻቸው ላይ ጽፈዋል፡፡ ይህም መንፈሳዊ ጥንካሬ ጥቂት ስለ ጸሎት መጽሐፍ የጻፉ ሰዎችም እንደገለፁት ከሆነ ወደ እግዚአብሔር ስለሚጸልዩ የእምነት ጥንካሬ እንዳይፈሩና እንዳይደነግጡ ስለሚሆን ነው በማለት ይገልጻሉ፡፡ ፍርሃት፣ ድንጋጤ፣ ጥርጥርጥና አለማመን ሰይጣን ዲያብሎስ እንደ በሽታ ሰዎችን ሁሉ እየወጋ የሚጥልበት የውሸት መሣሪያው እንደሆነ ይታወቃል፡፡ አሜሪካ ውስጥ ካሊፎርኒያ በሚባለው ግዛት ተላላፊ በሽታ ገባ ተብሎ አምሳ ሰዎች በድንገት ወደ ሆስፒታል ገብተው በሽታው ያለባቸው ሁለት ብቻ ነበሩ፡፡ አርባ ስምንቱ በፍርሃትና በድንጋጤ የገቡ ጤናማዎች ነበሩ፡፡

የእግዚአብሔር ቃልና ጸሎት

ምንም እንኳን እግዚአብሔር ከመታወቅ በላይ የሆነ አምላክ ቢሆንም እርሱን እንድናውቀው ይፈልጋል፡፡

1. "እኔን ፈልጉ በህይወት ትኖራላችሁ" በማለት ለእስራኤል ሕዝብ ተናገረ፡፡ (አሞጽ 5:4)

2. "እግዚአብሔርን እንወቀው፤ የበለጠ እናውቀውም ዘንድ እንትጋ፤ እንደ ንጋት ብርሃን፣ በእርግጥ ይገለጣል፤ ምድርን እንደሚያረሰርስ የበልግ ዝናብ፣ እንደ ክረምትም ዝናብ ወደ እኛ ይመጣል፡፡" (ሆሴዕ 6:3)

3. ሙሴም "በእኔ ደስ ተሰኝተህ ከሆነ፣ አንተን ዐውቅህና ያለ ማቋረጥ በፊትህ ሞገስ አገኝ ዘንድ መንገድህን አስተምረኝ፤" (ዘጸ. 33:13) በማለት ጠየቀው፡፡

4. ሐዋርያት ለሕዝቡ እኛ ለቃሉና ለጸሎት እንተጋለን አሏቸው፡፡ (ሐዋ. 6:4)

5. እርሱን ለማወቅ የጥበብና የመገለጥ መንፈስ እንዲሰጠን ነው፡፡ (ኤፌ. 1:16-19)

የምንጸልየው እርሱን ይበልጥ በማወቅ የልጁን መልክ እንድንመስል የተጠራንና የተመረጥን እንደሆንም በማመንና በማወቅ እርሱን መፈለግ ስለ አለብን (ሮሜ 8:29) መንፈሳዊ እውቀት በነፍስ ውስጥ ከሚገኝ የአዕምሮ እውቀት እንደሚበልጥ እንድናውቅ እግዚአብሔር ይፈልጋል፡፡ (ሆሴዕ 4:6) የእግዚአብሔር ቃል “ይህ በእግዚአብሔር በአዳኛችን ፊት ደስ የሚያሰኝ ነው፤ እርሱ ሰዎች ሁሉ እንዲድኑና እውነትን ወደ ማወቅ እንዲደርሱ ይፈልጋል፡፡” (1ኛ ጢሞ. 2:3-4) እርሱን እንድናውቅ በሩን የከፈተልን አምላክ ነው፡፡ እግዚአብሔር እርሱን በቀረብነውና ባወቅነው መጠን ድምፁን ለመለየትና ፈቃዱን ለማወቅ አንቸገርም፡፡ እግዚአብሔር እርሱን በማወቅ ፈቃዱን በማድረግ በልጁ በኢየሱስ ክርስቶስ የምወደው ልጄ በእርሱ ደስ የሚለኝ ያለው ለዚህ ነው፡፡ (ማቴ. 17:5-8) ጌታም፡- “በሰማይ ያለውን ያባቴን ፈቃድ ሳይፈጽም ‘ጌታ ሆይ፤ ጌታ ሆይ!’ የሚለኝ ሁሉ ወደ መንግሥተ ሰማይ አይገባም፡፡” (ማቴ. 17:21) በማለት ተናግሯል፡፡

አንዳንድ ሰዎች እንዴት የእግዚአብሔርን ድምጽ እናውቃለን በማለት ይጠይቃሉ፡፡ እኔም እንዲሁ እጠይቅ ነበር፡፡ ስለ እግዚአብሔር ድምጽ የተጻፉ መጽሐፎችን አነብ ነበር፡፡ እንዲህም እያደረኩኝ ድምፁን መለማመድ አልቻልኩም ነበር፡፡ እኔን እግዚአብሔር ሲረዳኝ ድምፁንም ለመለማመድ የረዳኝ በቃሉ፣ በጸሎትና በአምልኮ ከእርሱ ጋር ጊዜ በመስጠት ማሳለፍ ስጀምር ነው፡፡ አብራችሁ የምትኖሩትን ሰውና ብዙ ጊዜ አብራችሁ የምታሳልፉትን ሰው ድምፅ እንደማያደናግራችሁ ከእርሱ ጋር ጊዜ አብራችሁ ማሳለፍ ስትችሉ የእግዚአብሔር አምላካዊውን ድምጽ ከሥጋና ከሰይጣን ሃሳብ ለመለየት አያስቸግረንም፡፡ የብዙዎቻችን ችግር ለጸሎትና ለቃሉ ጊዜ ስለማንሰጥ ነው፡፡

እግዚአብሔርንና ቃሉን ያለማወቅ ጉዳት

በእግዚአብሔር ቃል ላይ እግዚአብሔር ሰውንና መላእክትን እንድናመልከውና እንድናውቀው ከሌላው ፍጥረት ሁሉ ይልቅ የእርሱን መንፈስ ያካፈለን ፍጥረታት ነን፡፡ በአንደኛ ሳሙኤል ምዕራፍ ሦስት ሳሙኤል በኤሊ ፊት እግዚአብሔርን እያገለገለ እግዚአብሔርንና ቃሉን ባለማወቅ (1ኛ ሳሙ. 3:7) እግዚአብሔር ሲጠራው ወደ ኤሊ በመሄድ እነሆኝ የጠራኸኝ ይለው ነበር፡፡ ዛሬም ብዙዎች በእግዚአብሔር ቤት እየተመላለሱ እግዚአብሔርን ራሱን በመፈለግ ፈንታ ከሰዎች መፍትሔ የሚገኙ እየመሰላቸው የሚንከራተቱ ብዙ ናቸው፡፡ እግዚአብሔር ሦስት ጊዜ ሲጠራው ወደ ኤሊ ነበር ሳሙኤል እነሆኝ የጠራኸኝ ይለው ነበር፡፡ የኤሊም መልስ የሰው መልስ ስለነበረ አልጠራሁህም ሂድና ተኛ የሚል የሥጋ ለባሽ መልስ ነበር፡፡ ዛሬም ብዙዎች የእግዚአብሔር ሳይሆን የሥጋ ለባሹን ድምጽ እየሰሙ ከእግዚአብሔር ድምጽ የራቁ ብዙዎች ናቸው፡፡ "አንተ የተኛህ ንቃ፤ ከሙታን ተነሣ፤ ክርስቶስም ያበራልሃል" (ኤፌ. 5:4) ይላል፡፡ የሚጸልዩና እግዚአብሔርን በክርስቶስ አማካኝነት ያመነው ሁሉ ከተኛንበት መንፈሳዊ እንቅልፍ መንቃት አለብን፡፡

የእግዚአብሔር ቃል ስለ ኢያሱ እንዲህ ይላል:- "ኢያሱ በሸመገለና ዕድሜው በገፋ ጊዜ፣ እግዚአብሔር እንዲህ አለው፤ "እነሆ አርጅተሃል፤ ዕድሜህም ገፍቶአል፤ ነገር ግን መያዝ ያለበት እጅግ በጣም ሰፊ ምድር ገና አለ፡፡" (ኢያሱ 13:1) እንዲሁም ዛሬም እግዚአብሔር ቤት መንፈሳዊ እርጅና ወይም መንፈሳዊ እንቅልፍ ያስተኛቸው ብዙዎች ናቸው፡፡ ምክንያቱም ጌታችን ዓለምን በወንጌል እንድንደርስና ታላቁን ተልዕኮ በመንፈስ ቅዱስ ኃይል እንድንፈጽም አዞናልና፡፡ (ማቴ. 28:18-20፤ ሐዋ. 1:8) እንደ ካሌብ በመንፈሳዊ ኃይልና እግዚአብሔር በመታመን በወንጌል ኃይል ለመውረስ መነሳት መንቃት አለብን፡፡ (ኢያሱ 14:8-12) ዛሬም እግዚአብሔርን ፈፅመው በእምነት በመንፈስ ቅዱስ ኃይል የሚከተሉትን ገና ብዙ የሚወረሱ ነፍሳት ወደ እግዚአብሔር መንግሥት

ለመመለስ በጸሎትና በወንጌል ኃይል መጋደል አለብን "ቀድም ሲል እግዚአብሔር እንዲህ ያለውን አለማወቅ በትዕግሥት ዐልፎአል፤ አሁን ግን በየቦታው ያሉ ሰዎች ሁሉ ንስሓ እንዲገቡ ያዛል፤" (ሐዋ. 17:30) ይለናል፡፡

እንደ እግዚአብሔር ቃል መጸለይ

ጌታችን ኢየሱስ ክርስቶስ ለደቀመዛሙርቱ እንዲህ አላቸው:- "በእኔ ብትኖሩ ቃሎቼም በእናንተ ቢኖሩ፣ የምትፈልጉትን ማንኛውንም ነገር ለምኑ፤ ይሰጣችኋልም፡፡" (ዮሐ. 15:7) እንግዲህ እዚህ ላይ ቆም ብለን ማስተዋል ያለብን በእርሱና በቃሉ መኖር ከአማኞች የሚጠበቅ መሆኑን ነው፡፡ እግዚአብሔርን እንደ ቃሉ እንድናምነው ያስፈልጋል፡፡ "ያለ እምነት እግዚአብሔርን ደስ ማሰኘት አይቻልም፤ ምክንያቱም ወደ እግዚአብሔር የሚቀርብ ሁሉ እግዚአብሔር መኖሩንና ከልብ ለሚሹትም ዋጋ እንደሚሰጥ ማመን አለበት፡፡"(ዕብ. 11:6) (ማር. 11:23-24) "በእግዚአብሔር ልጅ ስም የምታምኑ እናንተ፣ የዘላለም ሕይወት እንዳላችሁ ታውቁ ዘንድ ይህን እጽፍላችኋለሁ፤ በእግዚአብሔር ፊት ለመቅረብ ያለን ድፍረት ይህ ነው፤ ማንኛውንም ነገር እንደ ፈቃዱ ብንለምን እርሱ ይሰማናል፤ የምንለምነውን ሁሉ እንደሚሰማን ካወቅን፣ የለመነውንም ነገር እንደ ተቀበልን እናውቃለን፡፡" (1ኛ ዮሐ 5፡13-15)

በአንደኛ ሳሙኤል ምዕራፍ ሦስት ሳሙኤል እግዚአብሔርንና ቃሉን ካወቀ በኋላ እግዚአብሔርን እንደ ቃሉ በማወቅ እግዚአብሔርን በመስማት ከሰው ወደ ሰው ሳይሆን ከእግዚአብሔር ወደ ሰው የእግዚአብሔር መልእክት የሚያመጣ ሆነ፡፡ (1ኛ ሳሙ. 3:7-21) እንዲሁም ሐዋርያት ሕዝቡን "እኛ ግን በጸሎትና በቃሉ አገልግሎት እንተጋለን፡፡" (ሐዋ. 6፡4) በማለት ተናግረዋል፡፡ እግዚአብሔርን እንደ ቃሉ የሚያመልኩትና የሚያውቁት የእግዚአብሔርን ታላቅነት ስለሚታያቸው ሌላው ሁሉ ስለሚያንስባቸው በትሕትና፣ በምስጋናና በንስሐ ራሳቸውን ዝቅ በማድረግ ጌታን በእነርሱ ላይ እንዲታይ የሚደርጉ

ናቸው፡፡ "እግዚአብሔር ሆይ፤ መርምረኝ፤ ልቤንም ዕወቅ፤ ፈትነኝ፤ ሐሳቤንም ዕወቅ፤ የከፋት መንገድ በውስጤ ቢኖር እይ፤ በዘላለምም መንገድ ምራኝ፡፡" (መዝ. 139:23-24) "ራሳችንን ብንመረምር ግን ባልተፈረደብን ነበር"(1ኛ ቆሮ. 11:31) "በእምነት መሆናችሁን ለማወቅ ራሳችሁን መርምሩ፤ ራሳችሁን ፈትኑ፡፡" (2ኛ ቆሮ. 13;5) እግዚአብሔርን እንደ ቃሉ የሚያውቁት ራሳቸውን የሚያዩት በሰዎች ሚዛን ሳይሆን በእግዚአብሔር ፊት ስለሆነ ዝቅ ለማለትና ትሁት ለመሆን በፍቅር ለመኖር የሚከብዳቸው አይሆንም፡፡ እግዚአብሔር ከሁኔታዎች በላይ አድርገው ስለሚያዩት እርሱን ለማምለክ የሚከለክላቸው ኃይል ከሰማይ በታች የለም፡፡ (ሕዝ. 8:3, ሐዋ. 16:25-26) ለዚህም ነው ዳዊት መዝሙሩ እግዚአብሔር "የምስጋናን መሥዋዕት የሚሠዋ ያከብረኛል፤ መንገዱንም ቀና ለሚያደርግ፣ የእግዚአብሔርን ማዳን አሳየዋለሁ፡፡" (መዝ. 50:23) ብሎአል የሚለን፡፡

እንደ መንፈስ ቅዱስ ፈቃድ መጸለይ

ጌታችን ኢየሱስ ክርስቶስ እርሱን እንደ ግል አዳኝ አድርገን ለተቀበልን ሁሉ ከተሰጠን አንዱ ትልቁ ተስፋ "የእውነት መንፈስ በመጣ ጊዜ ወደ እውነት ሁሉ ይመራችኋል። እርሱ ከራሱ አይናገርም፤ የሚሰማውን ብቻ ይናገራል፤ እንዲሁም ወደ ፊት ስለሚሆነው ይነግራችኋል፤" (ዮሐ. 16:13) እንዲሁም ለደቀመዛሙርቱ እንዲህ አላቸው፡- "መንፈስ ዝግጁ ነው፤ ሥጋ ግን ደካማ ነው፡፡" (ማቴ. 26:41) ሐዋርያው ጳውሎስ ደግሞ "ከእግዚአብሔር የሆነውን መንፈስ እንጂ፣ የዓለምን መንፈስ አልተቀበልንምና፤ ይህም እግዚአብሔር በነጻ የሰጠንን እናውቅ ዘንድ ነው፡፡" (1ኛ ቆሮ. 2:12) "እግዚአብሔር ግን ይህን በመንፈሱ አማካይነት ለእኛ ገልጦልናል። መንፈስም የእግዚአብሔርን ጥልቅ ነገር እንኳ ሳይቀር ሁሉን ይመረምራል፡፡" (1ኛ ቆሮ. 2:10) ይለናል፡፡ እንግዲህ እንደ መንፈስ ቅዱስ ፈቃድ ለመጸለይ በመንፈስ ቅዱስ ቁጥጥር ስር መሆን ይገባናል፡፡ ለዚህ ነው ሰሎሞን "ስሜቱን የሚገዛም ከተማን በጒልበቱ ከሚይዝ ይበልጣል፡፡"(ምሳሌ 16:32)

የሚለን፡፡ መንፈስ ቅዱስ ለመጸለይ አቅም ያነሰውን ያግዛል፣ ኃይልንም በመስጠት ያበረታል፡፡ (ሮሜ 8:26) እንደ እግዚአብሔርም ፈቃድ ለቅዱሳን ሁሉ ይማልዳል፡፡ (ሮሜ 8:27)

አንዳንድ ሰዎች ሐዋርያው ጳውሎስ በመንፈስም በአዕምሮም እንደምጸልይ ይናገራል ይላሉ፡፡ (1ኛ ቆሮ. 14:19) ሐዋርያው አዕምሮችን፣ ስሜታችንና ፈቃዳችን በነፍስ ውስጥ ነው፡፡ ነፍስ በመንፈስና በእግዚአብሔር ቃል ፀጥ ማለት አለበት፡፡ ሐዋርያው የሚነረግን በነፍስ ፈቃድ የሚመጣው አዕምሮ ሳይሆን እንደ እግዚአብሔር ቃል እየጠቀስን መናገርና መጸለይ እንድናውቅ ነው፡፡ ለዚህም ነው በመንፈስ ተመላለሱ የሥጋ ፈቃድ አትፈፅሙ የሚለንም፡፡ ጌታችን ኢየሱስም "የሰማዩ አባታችሁ ታዲያ ለሚለምኑት መንፈስ ቅዱስን እንዴት አብልጦ አይሰጥ!" አለ፡፡ (ሉቃስ 11:13) "በሁሉ ዐይነት ጸሎትና ልመና፣ በማንኛውም ሁኔታ በመንፈስ ጸልዩ፤ ይህንም በማሰብ ንቁ፤ ስለ ቅዱሳንም ሁሉ በትጋት ልመና አቅርቡ፡፡" (ኤፌ 6፡18) "እናንተ ግን ወዳጆች ሆይ፤ እጅግ ቅዱስ በሆነው እምነታችሁ ራሳችሁን ለማነጽ ትጉ፤ በመንፈስ ቅዱስም ጸልዩ፡፡" (ይሁዳ 20) ሐዋርያው "በልሳን በምጸልይበት ጊዜ መንፈሴ ይጸልያል፤ አእምሮዬ ግን ያለ ፍሬ ነው፡፡" (1ኛ ቆሮ. 14:14) በነፍስ ውስጥ ያለውን አዕምሮና ስሜትን ፈቃድን ለመንፈስ ቅዱስ መገዛት አለበት በማለት ይመክረናል፡፡

በመንፈስ ቅዱስ መሪነት በምንጸልይበት ጊዜ በደስታና በሐሴት እንሞላለን፡፡ እንዲሁም በመንፈስ ቅዱስ ኃይል ስለምንጸልይ መታከትና መሰልቸት ሳይሆን አብዝተን መጸለይ እንወዳለን፡፡ ለዚህም ነው "ሁል ጊዜ ደስ ይበላችሁ፤ ሳታቋርጡ ጸልዩ፤ በማናቸውም ሁኔታ አመስግኑ፤ የእግዚአብሔር ፈቃድ በክርስቶስ ኢየሱስ ለእናንተ ይህ ነውና፡፡ የመንፈስን እሳት አታዳፍኑ፤ ትንቢትን አትናቁ፡፡ ሁሉን ነገር ፈትኑ፤ መልካም የሆነውን ያዙ፤ ከማናቸውም ዐይነት ክፉ ነገር ራቁ፡፡" (1ኛ ተሰ. 5:16-22) ሐዋርያው ጳውሎስ በእስር ቤት ሆኖ "ምንጊዜም በጌታ ደስ ይበላችሁ፤ ደግሜ እላለሁ ደስ ይበላችሁ፡፡

ገርነታችሁ በሁሉ ዘንድ የታወቀ ይሁን፤ ጌታ ቅርብ ነው፡፡ በነገር ሁሉ በጸሎትና በምልጃ፣ ከምስጋናም ጋር ልመናችሁን በእግዚአብሔር ፊት አቅርቡ እንጂ ስለማንኛውም ነገር አትጨነቁ፡፡ ከማስተዋል በላይ የሆነው የእግዚአብሔር ሰላም፣ ልባችሁንና አሳባችሁን በክርስቶስ ኢየሱስ ይጠብቃል፡፡" (ፊል 4:4-7) ለአማኝ ህይወት በመንፈስ ቅዱስ መሞላትና በመንፈስ ቅዱስ እንደ እግዚአብሔር ፈቃድ መጸለይ በህይወታችን የመጀመሪያውን ጌታ የሚገዛውና የሚቆጣጠረው ይሆናል፡፡ ለዚህም ነው ጌታ ኢየሱስ "እውነት እላችኋለሁ፤ መሄዴ ይበጃችኋል፡፡ እኔ ካልሄድሁ አጽናኙ ወደ እናንተ አይመጣም፤ ከሄድሁ ግን እርሱን ወደ እናንተ እልካለሁ፤" (ዮሐ. 16:7) ያላቸው፡

ከግብዝነት የነጻ ጸሎት

በጸሎታችን ግብዝነት የማይጠቅመን እኛ የራሳችንን ከምናውቀው በላይ በሚያውቀን ሕያው አምላክ ፊት እርቃናችንን እንደሆንም እንወቅ፡፡ "ኢየሱስ ግን ሰውን ሁሉ ስለሚያውቅ፣ አይታመንባቸውም ነበር፤ በሰው ውስጥ ያለውን ያውቅ ስለ ነበር፣ ማንም ስለ ሰው እንዲመሰክርለት አላስፈለገውም፡፡" (ዮሐ. 2:24-25) "ከእግዚአብሔር ዐይን የተሰወረ ምንም ፍጥረት የለም፤ ስለ ራሳችን መልስ መስጠት በሚገባን በእርሱ ፊት ሁሉም ነገር የተራቈተና የተገለጠ ነው፡፡" (ዕብ. 4:13) "የእግዚአብሔር ዐይኖች በሁሉም ስፍራ ናቸው፤ ክፉዎችንም ደጎችንም ነቅተው ይመለከታሉ፡፡" (ምሳሌ 15:3) ""እኔ የቅርብ አምላክ ብቻ ነኝን? ይላል እግዚአብሔር፤ የሩቅስ አምላክ አይደለሁምን? እኔ እንዳላየው፣ በስውር ቦታ ሊሸሸግ የሚችል አለን?" ይላል እግዚአብሔር፡፡ "ሰማይንና ምድርንስ የሞላሁ እኔ አይደለሁምን ይላል እግዚአብሔር፡፡" (ኤር. 23:23-24) እነዚህን ጥቅሶች የጻፍኩት በእግዚአብሔር ፊት በግብዝነት እንዳንጸልይ የሚረዳን ስለሆነ ነው፡፡ ጌታም "ስትጸልዩ እንደ ግብዞች አትሁኑ፤ እነርሱ ለሰዎች ለመታየት ሲሉ በየምኵራቡና በየመንገዱ ማእዘን ላይ ቆመው መጸለይ ይወዳሉና፤ እውነት እላችኋለሁ፤ ሙሉ

ዋጋቸውን ተቀብለዋል፡፡" ብሎአል፡፡ (ማቴ. 6:5) እስኪ ስለ ግብዝነት ጌታና ሐዋርያት የተናገሩትን ቀጥሎ እንመልከት፡-

መንፈሳዊ የግብዝነት ህይወት

መንፈሳዊ ህይወትን ይገድላል ሥጋዊ ያደርጋል፡፡

1. ምንም ሳይሆኑ የሆኑ በማስመሰል ራሳቸውን እንዲያታልሉ ያደርጋል፡፡ (ማቴ. 23:5, ገላ. 6:3)

2. የመንግሥተ ሰማያት ደጅ እንዲዘጋ ያደርግብናል፡፡ (ማቴ. 23:13)

3. አድራጊዎችንም ሆነ ተከታዮቻቸውን የገሀነም ልጆች ያደርጋል፡፡ (ማቴ. 23:15)

4. የሥጋ ሥራ ስለሆነ ያሳውራል ያደነቁራል፤ በዚህ ዓለም ሃሳብ (ሲስተም) ይይዛል፡፡ (ማቴ. 23:19፤ 2ኛ ቆሮ. 4:4)

5. ፍትህን፣ ምሕረትንና እምነትን በማሳጣት ይገድላል፡፡ (ማቴ. 23:23-24)

6. በውስጥ ቅሚያንና ዝርፊያን በውጭ ሃይማኖታዊ በማስመሰል ይገድላል፡፡ (ማቴ. 23:25)

7. በውስጥ መንፈሳዊ ሞት በውጭ ጻድቅ ሃይማኖተኛ በማስመሰል ይሠራል፡፡ (ማቴ. 23:27-28)

8. በሃሰተኛ መንፈስ ግብዝነትን እያሳየ የሚገድል ነው፡፡ (1ኛ ጢሞ. 4:1-2)

9. የአምልኮ መልክ ያላቸው እያስመሰለ አምላክን የሚያስክድ ነው፡፡ (2ኛ ጢሞ. 3:1-5)

10. እነዚህ ግብዞች ድቅድቅ ጨለማ የሚጠብቃቸው ተንከራታች ናቸው፡፡ (2ኛ ጴጥ. 2:17)

እነዚህ ጥቂቶቹ የመንፈሳዊ ግብዝነት ህይወት ለጸሎቶቻችን እንዲጠቅሙን የቀረቡ ናቸው፡፡ እኛ እንደ አዲስ ኪዳን አማኞች ከግብዝነት የፀዳን እንድንሆን የእግዚአብሔር የአምላካችን በጎ ፈቃዱ እንደሆነ መረዳትንና ማስተዋልን ይስጠን፡፡

የምንጸልየው የጌታን ምሳሌነት ለመከተል ነው

የጌታችን የኢየሱስ ህይወት በትሕት፣ በፍቅር፣ በጸሎት፣ ለሌሎች በመማለድና በመናገር ብቻ ሳይሆን ጸሎትን በተግባር ያሳየና ያስተማረ ነው፡፡ እርሱም ፍጹም አምላክና ፍጹም ሰው ሆኖ በዚህ ምድር ሲመላለስ ለሰዎችም የዘላለም ህይወትን ለታሰሩት መፈታትን፣ ለታመሙት ፈውስን፣ ለተራቡት ምግብን እየሰጠ የሰውን ሁለንተና በፍጹም ፍቅርና ትሕትና አገልግሏል፡፡ እኛም የእርሱን ፈለግ እንድንከተልና እንድንመስለው ቃሉ ይናገራል፡፡ (1ኛ ጢሞ. 4:8፤ ሮሜ 8:29-30) የጌታችን የጸሎት ህይወት ደቀመዛሙርቱ ስላስገረማቸው ጌታ ሆይ ጸሎትን አስተምረን በማለት ጠየቁት፡፡ እርሱም እንደ ሌላው የእምነት ጥያቄያቸው ሳይነቅፋቸው እንዲጸልዩ በማለት የጸሎት መመሪያ ሰጣቸው፡፡ (ማቴ. 6:9-13) የጌታችን የኢየሱስ ክርስቶስ ከአባቱ ጋር የሚያሳልፈው ጊዜ የተወደደ፣ የተመረጠና የተከበረ ጊዜው ነበር፡፡ (ማቴ. 14:23) እነዚህ ጌታ በጸሎት የሚያሳልፍባቸው የማለዳ፣ የምሽትና የሙሉ ሌሊት የጸሎት ጊዜያቶች ለጌታ ከሁሉ ተለይቶ ከአባቱ ጋር የሚያሳልፍበት የተወደደና የተከበረ ጊዜ እንደ ነበር ደቀመዛሙርቱ ይህ ስለገባቸው ነው፡፡ ጌታ ሆይ ጸሎት አስተምረን ያሉበት ምክንያት እነርሱንም እንጸልይ ብሏቸው እንቅልፍ እያዛጋቸው ነበር፡፡ አንድ ጊዜ ብቻ ሳይሆን፣ ሦስት ጊዜ ነው ያገኛቸው፡፡ (ማቴ. 26:36-43)

እውነተኛ በመንፈስ ቅዱስ ኃይል ሲጸልይ ትሕትና እንጂ ግብዝነት ቦታ ሊኖረው አይችልም፡፡ (ማቴ. 26:41፤ ሮሜ 8:26-27) ጌታችን ኢየሱስ በማለዳ በቀኑ መጀመሪያ በጠዋት እየተነሳ ይጸልይ ነበር፡፡ (ማር. 1:35) እንዲሁም ለአገልግሎቱ መጀመሪያም ይጸልይ ነበር፡፡ (ማቴ. 4:1-2፤ ሉቃስ 3:21) በምሽትም ከአገልግሎት ገለል ብሎ በጸሎት ያሳልፍ ነበር፡፡ (ማቴ. 14:23) እንዲሁም ሌሊቱን ሙሉ በመጸለይ አገልጋዮችን ይለይና ያሰማራ ነበር፡፡ (ሉቃስ 6:12፤ ሐዋ. 132-4) የእግዚአብሔር የክብር ደመናም ሊመጣ ሲልም ይጸልይ ነበር (ሉቃስ 9:28) ጌታችን ኢየሱስ ክርስቶስ መከራ ሲመጣበትም መጸለዩን አያቋርጥም ነበር፡፡ (ሉቃስ 22:39-46) እንዲሁም በዮሐንስ ወንጌል ምዕራፍ 17 በአንድነት ከከፉው ተጠብቀን ወንጌልን እንዴት ወደ ትውልድ ማስተላለፍ እንዳለብን ዓለም ሳይፈጠር የተዘጋጀውን ህይወትና ክብር እያሳሰበ የተጸለየበት ምዕራፍ እንደሆነ ይታወቃል፡፡ እኛም ይህን ፈለግ በመከተል የምንጸልይ ደቀመዝሙር ያድርገን እላለሁ፡፡

ጸሎትና የእግዚአብሔር አገልጋዮች

- ንጉሥ ዳዊት “ሕዝቦች ሁሉ ከበቡኝ፤ ነገር ግን በእግዚአብሔር ስም አስወግዳቸዋለሁ፡፡” (መዝ. 118:10)
- እንዲሁም የእግዚአብሔር ባሪያ ሙሴም ለእስራኤል ሕዝብ “አትሸበሩ፤ ጸንታችሁ ቁሙ፤ እግዚአብሔር ዛሬ የሚያደርግላችሁን መታደግ ታያላችሁ፤ ዛሬ የምታዩአቸውን ግብፃውያንን ዳግም አታዩአቸውም፡፡” (ዘጸ. 14:13-14)
- ነህምያ የኢየሩሳሌም ቅጥር መቃጠልና መፍረስ ሲሰማ ራዕይ እስኪቀበል በጾምና ጸሎት የቆየበት፤ (ነህ. 1:4)
- ጌታችን ኢየሱስ ክርስቶስ ከአገልግሎትም ከደቀመዛሙርቱም ተለይቶ ከአባቱ ጋር በጸሎት የሚያሳልፍበት፤ (ማቴ. 14:23)

- ሐዋርያው ጳውሎስ ብዙ የመደብደብና የመታሰር መከራ ቢደርስበትም ብዙ ጊዜ የሚያሳልፈውም በጸሎትና በቃሉ እንደሆነ መልእክቶቹ መረዳት ይቻላል፡ ፡ (2ኛ ቆሮ. 6:6፤ ፊል. 4:4-7፤ 1ኛ ተሰ. 5:16-18)
- እንዲሁም ድብቅ የጸሎት ሰው የሆነ ሐናኒያ የሚሉት አንድ የጌታ ደቀመዛሙርት ነበር፡፡ ይህም በጸሎትና በራዕይ የተጋ ሰው እንደ ነበር ጌታም የመጀመሪያው ለሐዋርያው ጳውሎስ የጸለየው የጸሎት ደቀመዛሙርት ነበር፡፡ (ሐዋ. 9፡10-14)
- የአዲስ ኪዳን በመንፈስ ቅዱስ፣ በቃሉና በጸሎት እየተጋደሉ የሚተጉ እንደ ነበር እናነባለን፡፡ (ሐዋ. 1፡14፤ 2:1-5፤ 4:24-31፤ 12:5)

በየዘመናቱ የተነሡ የጸሎት ሰዎች

- ኦጉስቲን የተባለው የንስሐ መጽሐፍ የጻፈው "እግዚአብሔር ፈልጉ፤ በሕይወትም ትኖራላችሁ።" ብሏል (አሞጽ 5:4)
- እንዲሁም ኦጉስቲን በእግዚአብሔር ፊት ስትቀርቡ በአደባባይ እንዳለ ሲኒማ እርቃናችሁን በእርሱ ፊት በእውነትና በግልጽነት መናዘዝ እንዳለባችሁ አትርሱ ይላል። (ዕብ. 4:13)
- ጄ. ኤገር የተባለው የኤፍ. ቢ. ኣይ. (FBI) የመጀመሪያው የአሜሪካ አገራችን መጠበቅ በእግዚአብሔር ፊት የሚደረግ ጸሎት ነው ብሏል፤
- የእግዚአብሔር እጅ ሲሠራ ለማየት አለ ቻርልስ ፊኒ በአደባባይ የሚደረግ ትዕይንት ሳይሆን በጓዳ በእግዚአብሔር ፊት የሚደረግ ጸሎት ነው። (ማቴ. 6:6)
- እንዲሁም ካትሪን ኩልማን የእግዚአብሔር መንፈስ ቅዱስን ሥራ ለማየት በአምልኮ የተሞላ የጓዳ ጸሎት የለመደ አገልጋይ ህይወት ውጤት እንጂ የአደባባይ አስመሳይነት አይደለም ብላለች። (ገላ. 6:3, ማቴ. 6:5)
- ቻርልስ ፊኒ የተባለው የእግዚአብሔር አገልጋይ ሰዎችን ወደ እግዚአብሔር መንግስት የሚያፈልሳቸው የአደባባይ ማስታወቂያና ግርግር ሳይሆን በእግዚአብሔር የፍቅር ጸጋ ውጤት ነው በማለት ተናግሯል።
- ጆን ዌስሊን አንድ አማኝ በእግዚአብሔር የማይታመን ኃይሉን የማይለማመድ ከሆነ ከግብጽ ወጥተው በምድረበዳ እንደቀሩት የእስራኤል ሕዝቦች በቤተክርስቲያን ውስጥ እያለ ዓለምን እየተመኘ ይሞታል። (ሮሜ 8:6)

እግዚአብሔር የሚከበርበት ኃይሉ የሚታይበት ጸሎት

- የልብ ዝግጅት፣ የጽድቅና የቅድስና ህይወት የሚታይ ሲሆን፤ (ዘጸ. 19:10-11፤ ሉቃስ 174-75)
- እግዚአብሔርን በፍጹም መሻትና መውደድ የሚደረግ ጸሎት፤ (2ኛ ዜና. 15:15፤ ኤር. 29:12-13)
- በትሕትና፣ በእውነተኛ ንስሐ የሚቀርብ ጸሎት ሲሆን፤ (ዳን. 9:20-23)
- የእግዚአብሔር ሥራ እንዲበዛልንና እርሱን እንድናከብረው ከክፉም እንዲጠብቀን የሚደረግ ጸሎት፤ (1ኛ ዜና. 4:10፤ ዮሐ. 17:15)
- እንደ ጌታ ቃል መንፈስ ቅዱስን ለመቀበል በትጋት የሚደረግ ጸሎት፤ (ሐዋ. 2፡ 1-6፤ ሉቃስ 11:13)
- በአምልኮና በጾም በእግዚአብሔር ፊት የሚደረግ ጸሎት፤ (ሐዋ. 13፡1-4)
- የንጉሡን አዋጅ ሳንፈራ በእግዚአብሔር በመታመን የሕልምን ፍች ሚስጥርን ለማወቅ የሚደረግ ጸሎት፤ (ዳን. 2:19-21)
- የክፉን የምናጠፋበትን የእምነት ጋሻ በመያዝ የሚደረግ ጸሎት፤ (ኤፌ. 6፡16)
- የመንፈስ ሰይፍ የሆነውን የእግዚአብሔር ቃል የሚመራ ጸሎት፤ (ኤፌ. 6፡17)
- በመንፈስ ቅዱስ ኃይል የሚጸለይ የጸሎት ኃይል ሲሆን ነው (ኤፌ. 6፡18)

ወደ እግዚአብሔር የሚቀርብ ጸሎት

በተለያየ ሁኔታዎችና መንገዶች ወደ እግዚአብሔር የሚቀርብ ጸሎት

- ብዙ ጊዜ በእኛ ማኅበረሰብ የተለመደው ተንበርክኮ መጸለይ ነው:: (ሐዋ. 20፡ 36፤ ዳን. 6:10-12)
- በአይሁድ ኦርቶዶክስ ተከታዮች ቁሞ መጸለይ የተለመደ ነው:: (ኤር. 18:20)
- በእግዚአብሔር ፊት እንዳሉ በመረዳት ተቀምጦ መጸለይ ነው:: (ነህ. 1:4፤ 2ኛ ሳሙ. 7:18)
- በእግዚአብሔር ፊት በመደፋትና በመውደቅ የሚደረግ ጸሎት፤ (ዕዝራ 10:1፤ ማቴ. 26:39)
- እጅን ከፍ አድርጎ ለእግዚአብሔር በመማረክ የሚደረግ ጸሎት፤ (1ኛ ነገ. 8:22፤ መዝ. 28:2)
- በእግዚአብሔር ፊት በፀጥታ በመሆን የሚደረግ ጸሎት፤ (1ኛ ሳሙ. 1:13፤ 1ኛ ነገ. 19:19፤ መዝ. 5:3)
- በእግዚአብሔር ፊት ድምጽን ከፍ አድርጎ በመጸለይ የሚደረግ ጸሎት፤ (ኢሳ. 58፡1፤ ኤር. 33:3፤ ሐዋ. 4:24)
- ሳይታክቱ በስፍራ ሁሉ የሚደረግ ጸሎት፤ (ሉቃስ 18:1፤ 1ኛ ተሰ. 5:16-18)
- በእስር ቤት ሆኖ በዜማ በጸሎት መቅረብ፤ (ሐዋ. 16፡24-26፤ ፊል. 4:4-7)
- በተወሰነ ቦታና ስፍራ ሰዓትን ወስኖ ስለሚደረግ ጸሎት፤ (መዝ. 55:17፤ ዳን. 6:10-11፤ ማር. 14:32)
- በቤተ መቅደስ ውስጥ ስለሚደረግ አጸላለይ አስመልክቶ፤ (2ኛ ነገ. 19:14-16፤ ኢሳ. 56፡6-7፤ ማር. 11:15-17)
- በውኃ ውስጥና አጠገብ ሆኖ መጸለይን አስመልክቶ፤ (ዮናስ 2:1-8፤ ሐዋ. 16:13፤ 21:5)

ወደ እግዚአብሔር የሚቀርብ ጸሎት

- በመኝታ ሆኖ እግዚአብሔርናን ቃሉን እያሰላሰሉ መጸለይ፤ (መዝ. 42:8፤ 63:6)

ጌታችን የተወልን የጸሎት ምሳሌነት

- ስለ ጌታችን ኢየሱስ አጸለያየት እየደጋገምን የምናነሳው እርሱም አምላክ ሆኖ ሳለ እንደ እኛ ፍጹም ሰው ሆኖ ለአማኞችና ለተከታዮቹ ሁሉ የተወልን እውነት ስለሆነ ደጋግመን ማወቅ ያለብን እውነት ስለሆነ ነው፡፡
- ጌታ ለአገልግሎቱ መጀመሪያ አርባ ቀንና ሌሊት በጾምና ጸሎት ነበር (ማቴ. 4፡1፤ ሉቃስ 4፡1)
- ጌታ በሠላሳ ዓመቱ ሲጠመቅም እንደጸለየ እናያለን፡፡ (ሉቃስ 3፡21-22)
- ለማስተማርና ለመስበክ በሚዘጋጅበት ጊዜ በጸሎት ያሳልፍ ነበር፡፡ (ሉቃስ 21፡37-38፤ ማር. 1፡35-39)
- የጴጥሮስን እምነት ሰይጣን በፈተና ሊያጠፋበት ሲል ጸለየለት፡፡ (ሉቃስ 22፡31-32)
- በተራራው በክብር በተለወጠ ጊዜ በጸሎት ያሳልፍ ነበር፡፡ (ሉቃስ 9፡28-29)
- በመከራ፣ በጣርና በስቃይም ጊዜ በጸሎት ያሳልፍ ነበር፡፡ (ማር. 14፡32-42፤ ማቴ. 26፡36-43)
- ለአገልግሎት ሐዋርያትን ለመለየት ሌሊቱን ሙሉ ይጸልይ ነበር፡፡ (ሉቃስ 6፡12-13)
- እኛን ለማዳን በሞቱ ጊዜ ስለ ኃጢአተኞች ማለደ፣ ጸለየ፡፡ (ሉቃስ 23፡34, ኢሳ. 53፡12)
- ለደቀመዛሙርቱና ለቀጣዩ ትወልድም የወንጌልን አደራ እንዲወጡት ስለ አንድነትም ጸለየ፡፡ (ዮሐ. 17)
- ጌታም የምድር አገልግሎትን አባቱን በማክበር እንደፈፀመ ጸለየ፡፡ (ዮሐ. 17፡1-5)

ወደ እግዚአብሔር የሚቀርብ ጸሎት

እግዚአብሔርን ስለ ሁሉ ማመስግን

የእግዚአብሔር ቃል በምስጋና ብዙ ድል እንደምንቀዳጅ በግልጽ ያስረዳናል።

- እግዚአብሔር ስለ ሁሉ ማመስገን እንዳለብን ይመክረናል። (1ኛ ተሰ. 5:18)
- እግዚአብሔርን ስለ ሁሉ በጌታችን በኢየሱስ ክርስቶስ ስም ማመስገን፤ (ኤፌ. 5:20)
- በክርስቶስ ኢየሱስ የእግዚአብሔር ፈቃድ ወደ እኛ ስለሆነ ማመስገን፤ (1ኛ ተሰ. 5:18)
- በምስጋና ወደ እግዚአብሔር ዙፋን መግባት እንችላለን። (መዝ. 100:1-2)
- በምስጋና የወህኒውን መሠረት በማናጋት የታሰሩትን እናስፈታለን። (ሐዋ. 16፡ 25-26)
- በመከራ ጊዜ እግዚአብሔር ሁልጊዜ እናመሰግነዋለን። (መዝ. 34:1-2፤ ማቴ. 26:30)
- ምስጋና በመሠዋት እግዚአብሔር ማዳን እናያለን። (መዝ. 50:23)
- በምስጋና ከከበቡን ጠላቶች ሁሉ እንድናለን። (2ኛ ዜና. 20:20-23)
- ለእግዚአብሔር የምስጋና መሥዋዕት የከንፈራችንን ፍሬ እናቅርብለት። (ዕብ. 13:15)
- በጌታ በኢየሱስ ደም ከኃጢአታቸው ነፅተው የዳኑት ሁሉ እርሱን ማምለክ፣ ማወደስ፣ መዘመር፣ ክቡርና ምስጋና መስጠት የዕለት ተዕለት ጥማትና መሻት ሊሆን የተጠሩበትም ለዚህ ነው። (ራእይ 5:11-14፤ 7:9-12)

በጸሎት ወደ እግዚአብሔር ለምን እንቀርባለን?

1. ከእግዚአብሔር ጋር በህይወት ለመኖር፤ (አሞጽ 5:4)

2. የእግዚአብሔር መንግሥት ጉዳይ ስለሆነ፤ (ማቴ. 9:10)

3. ለእኛ ያለውን ሃሳብ እንዲገልጽልን፤ (ኤር. 29:11-13)

4. የእግዚአብሔር ሃሳብ እንደ ሃሳባችን ስላልሆነና የእርሱን ሃሳብ ለመስማት፤ (ኢሳ.55፡ 8-9፤ አሞጽ 4:13)

5. በላይ ያለውን እሹ ስለ ተባለን፤ (ቈላ. 3:1-3)

6. እግዚአብሔር በመንፈስ ቅዱስ ለእኛ እንዲገልጽልን፤ (1ኛ ቆሮ. 2:10)

7. እንደ እግዚአብሔር ልጆች በመንፈሱ እንዲመራን፤ (ሮሜ 8:14)

8. በጌታ ፊት መቆም እንድንችል፤ (ሉቃስ 21:36)

9. እግዚአብሔር ወደ እኔ ጩኽ ስላለን፤ (ኤር. 33:3)

10. የማይዋሽ እግዚአብሔር ያለውን ተናገረውን ስለሚያደርግ፤ (ዘፍ. 21፡1፤ ቲቶ 1:2)

እንደ እግዚአብሔር ቃል መጸለይ

1. የእግዚአብሔር ቃል በልባችን ይኑር፤ (መዝ. 119:11)

2. የእግዚአብሔርን ቃል በቀንና በሌሊት እናሰላስለው፤ (ኢያሱ 1:8)

3. ሕግህን እጅግ ወደድሁት ቀኑን ሁሉ ትዝታዬ ነው፡፡ (መዝ. 119:97)

4. ሕግህ ለእግር መብራት፣ ለመንገዴም ብርሃን ነው። (መዝ. 119:105)

5. ወደዚህ ወደ ትሁት በቃሌ የሚንቀጠቀጥ፤ (ኢሳ.66፡2)

6. የእግዚአብሔር ቃል ህይወትና መንፈስ ነው። (ዮሐ. 6:63)

እንደ የእግዚአብሔር ቃል መጸለይ በብሉይ ኪዳን

1. ሙሴ እግዚአብሔርን እንደ ቃሉ ለመነው፤ (ዘጸ. 32:11-14)

2. ኤልያስም እንደ እግዚአብሔር ቃል ጸለየ። (1ኛ ነገ. 18:36-39)

3. እግዚአብሔርም ኤርምያስን ወደ እኔ ጩኽ አለው። (ኤር. 33:3)

4. ዳንኤልም እግዚአብሔር በኤርምያስ እንደተናገረው ቃል መሠረት ጸለየ። (ዳን. 9:2-3)

5. ኢዩኤልና ሕዝቡም እንደ እግዚአብሔር ቃል በጸሎትና በጾም ቀረቡ። (ኢዩ. 2:15-18)

እንደ እግዚአብሔር ቃል መጸለይ አዲስ ኪዳን

1. መጻሕፍትን እንዲያስተውሉ አዕምሮአቸውን ከፈተላቸው። (ሉቃስ 22:45፤ ኤፌ. 6:17)

2. ሐዋርያትም እኛ ለቃሉና ለጸሎት እንተጋለን። (ሐዋ. 6፡4)

3. በቃሉ ትምህርት በጸሎት ይተጉ ነበር። (ሐዋ. 2፡42)

4. እንደ ተስፋ ቃሉ በጸሎት ሲጠብቁ፤ (ሐዋ. 1፡14)

5. በአንድ ልብ ሆነው በጸሎት ሲጠብቁ፤ (ሐዋ. 2፡1-4)

6. በአንድነት እንደ ቃሉ ሲጸልዩ፤ (ሐዋ. 4፡24-31)

7. በጾምና በአምልኮ በአንድነት ቢጸልዩ፤ (ሐዋ. 13፡2-3)

8. ቤተ ክርስቲያን አጥብቆ ይጸልዩ ነበር፡፡ (ሐዋ. 12፡5)

በመንፈስ መጸለይን ማሳደግ

1. በሁሉም ዓይነት ጸሎትና በልመናም በመንፈስ ጸልዩ፤ (ኤፌ 6:18)

2. መንፈስም እንደ እግዚአብሔር ፈቃድ እንድንጸልይ ያግዘናል፡፡ (ሮሜ 8:26-27)

3. መንፈስ ተዘጋጅቷል ሥጋ ግን ደካማ ነው፡፡ (ማቴ. 26:41)

4. በመንፈስ መጸለይ በመንፈስ መሞላትን ያመጣል፡፡ (ኤፌ 5:18)

5. በመንፈስ ቅዱስ እንድንደገፍ ያደርጋል፡፡ (ዘካ.4:6)

6. የመንፈስ ፍሬ እንድናፈራ ያደርጋል፡፡ (ገላ. 5:22)

7. የተወለድንበት መንፈስ ነው፡፡ (ዮሐ. 3:3-5)

8. ዓለም የማያውቀው መንፈስ ቅዱስ በእኛ ይኖራል፡፡ (ዮሐ. 14:17)

9. የመንፈስ አንድነትን ለመጠበቅ፣ የሰላም ማሰሪያ ነው፡፡ (ኤፌ 4:2-3)

10. በመንፈስ ለመቃጠል በጸሎት ለመጽናት በመንፈስ ጸልዩ፡፡ (ሮሜ 12:11-12)

11. ትህትና የተሰበረ መንፈስ ከእግዚአብሔር ጋር በከፍታ ያስቀምጣል፡፡ (ኢሳ. 57፡14-16)

በመንፈስ መመራት መለማመድ

1. የእውነት መንፈስ ወደ እውነት ይምራን፡፡ (ዮሐ. 16:13-15)

2. እንደ እግዚአብሔር ልጆች በመንፈስ እንመራ፡፡ (ሮሜ 8:14)

3. በመንፈስ እንመላለስ፣ በሥጋ አንመራ፡፡ (ገላ. 5:16)

4. በመንፈስ እንኑር በመንፈስ እንመላለስ፡፡ (ገላ. 5:25)

እንደ እግዚአብሔር ቃል የሆነ እምነት

1. የእግዚአብሔር ቃል በመስማት የሚገኝ፤ (ሮሜ 10:17)

2. ድነት የሚያስገኝ እምነት፤ (ኤፌ 2:8፤ ዘፍ. 15: 6)

3. እግዚአብሔር እንዳለ የሚያምን እምነት፤ (ዕብ. 11:6)

4. እግዚአብሔርን ለዘላለም የሚያምን፤ (ኢሳ.26፡4፤ ኤር. 17:7)

5. የጸጋ ስጦታ የሆነ እምነት፤ (1ኛ ቆሮ. 12:9)

የእምነት ጸሎትን እንደ ቃሉ ማመን

1. ኢየሱስም አለ የጸለያችሁትን የለመናችሁትንም ሁሉ እመኑ ይሆንላችሁማል፡፡ (ማር. 11:24)

2. እግዚአብሔርን ለሚያምን ሁሉ ይቻላል፡፡ (ማር. 9:23)

3. እግዚአብሔር ከለመነውና ከአሰብነው በላይ ማድረግ የሚችል ነው፡፡ (ኤፌ. 3:20)

4. እንደ ቃሉ እንጠይቃለን፤ (ዮሐ. 15:7)

5. እንደ ፈቃዱ እንለምናለን። (1ኛ ዮሐ. 5:14)

የግል ጸሎትን አስመልክቶ (ማቴ. 6:17-18)

በግል ከእግዚአብሔር ጋር የጥሞና ጊዜ

1. የመጀመሪያው በኩሩን ይዞ ወደ እግዚአብሔር መቅረብ፤ (ዘፍ. 4:4)

2. አካሄድን፣ አረማመድንና አኗኗርን ከእግዚአብሔር ጋር ማድረግ፤ (ዘፍ. 5:24)

3. በፍጹም ልብና በጽድቅ አካሄድን ከእግዚአብሔር ጋር ማድረግ፤ (ዘፍ. 6:9)

4. አብርሃምና እግዚአብሔር ጥያቄና መልስ በጸሎት ሲነጋገሩ፤ (ዘፍ. 18:22-33)

5. ያዕቆብ ከእግዚአብሔር ጋር በጸሎት ሲነጋገር ህይወቱ ተለውጧል። (ዘፍ. 32:24-30)

6. ከእግዚአብሔር ጋር በመሆን እርሱ የሚናገረንን መስማት ይሆንልናል (ዘጸ. 24:12፤ 34:1-2)

7. ኢያሱም ማልዶ ተነሳ፣ እግዚአብሔርን በመስማት ሕዝቡን እንዲመራ፤ (ኢያሱ 3:1)

8. ሐናም በእግዚአብሔር ፊት ልቧን የምታፈስና የምትጸልይ ነበረች። (1ኛ ሳሙ. 1:15-16፤ 2:1-3)

9. ኢዮብም ማለዳ ማለዳ በእግዚአብሔር ፊት መሥዋዕት ያቀርብ ነበር። (ኢዮብ 1:5)

10. ዳዊትም በማለዳ ድምፁን ማሰማትና በእግዚአብሔር ፊት ይሆን ነበር። (መዝ. 5:3)

11. ዳንኤልም በቀን ሦስት ጊዜ በእግዚአብሔር ፊት ይቀርብ ነበር። (ዳን. 6:10-12)

12. ኢየሱስም በማለዳ ተነስቶ ጸለየ፤ (ማር. 1:35)

13. ኢየሱስም በምሽት ከሕዝቡ ተለይቶ ጸለየ፤ (ማቴ. 14:23)

14. ስምዖንም በመንፈስ ተረድቶ በጸሎት ተጋ፤ (ሉቃስ 2:25-26)

15. ሐናም በጾምና በጸሎት ትተጋ ነበር፡፡ (ሉቃስ 2:37)

16. ማርያምም በጌታ እግር ስር እርሱን ለመስማት ተቀመጠች፤ (ሉቃስ 10:39፤ ዮሐ. 12:3)

17. ዮሐንስም በጌታ ደረት ተጠግቶ እርሱን ይሰማ ነበር፡፡ (ዮሐ. 13:23-26)

18. ሐናኒያ በጸሎት የጌታ ደቀመዛሙር ጌታን በራዕይና በድምፅ የሚሰማ፤ (ሐዋ. 9፡10-18)

19. ጴጥሮስም በግሉ ይጸልይ ዘንድ ወጣ፤ (ዮሐ. 10:19)

20. እኔ ጳውሎስ ለእግዚአብሔር እንበረከካለሁ፤ (ኤፌ. 3:1)

ቤተሰብን በእግዚአብሔር መንገድ መምራት (ምሳሌ 22:6)

እንደ ቤተሰብ በእግዚአብሔር ፊት መገኘት

1. ኖህና ቤተሰቡ ከእግዚአብሔር ጋር መሆን፤ (ዘፍ 6:9-18)

2. ኢያሱ ቤተሰቡ እግዚአብሔርን ማምለክ፤ (ኢያሱ 24፡14-15)

3. ኢሳይያስም እኔና እግዚአብሔር የሰጠኝ ልጆቼ እግዚአብሔርን በእምነት መጠበቅ፤ (ኢሳ. 8፡18)

4. የሬካብ ልጅ ኢዮናዳብ አባታችን አዞናል እኛም ትዕዛዙን ጠብቀናል አሉ፡፡ (ኤር. 35:6-10)

5. በእግዚአብሔርና በይሁዳም ሁሉ ሕጉን በመጠበቅና በጽድቅ ኖሩ፤ (ሉቃስ 1:5-7)

6. የአልአዛር፣ የማርታና የማርያም ቤተሰብ ከጌታ ጋር የማሳለፍ፤ (ሉቃስ 10:39-42፤ ዮሐ. 12:1-3)

7. የቆርኔሌዎስ እስከ ቤተሰቡ እግዚአብሔርን የሚያመልክና የሚፈራ፤ (ሐዋ. 10፡1-3)

8. የማርቆስ እናት ማርያም የጸሎት ቤት፤ (ሐዋ. 12፡12)

9. ወንጌላዊ ፊልጶስ ቤተሰቡ በመንፈስ የተሞሉ፤ (ሐዋ. 21፡8-9)

10. ለጵርስቅላና ለአቂላ ቤታቸው የእግዚአብሔር ቤት ያደረጉት፤ (ሮሜ 16:3-5)

11. የጢሞቴዎስ አያትና እናት በእግዚአብሔር የመታመን ህይወት፤ (2ኛ ጢሞ. 1:5)

የቤተክርስቲያን የህብረት ጸሎት (ሐዋ. 2፡42)

በህብረት በአንድነት ወደ እግዚአብሔር መቅረብ

1. ሙሴና ሕዝቡ በአንድነት ወደ እግዚአብሔር የቀረቡበት፤ (ዘጸ. 19:7-15)

2. ኢያሱና ካህናቱ በእግዚአብሔር ፊት በመቀደስ ጠበቁት፤ (ኢያሱ 3:5-8)

3. ኢዮሳፍጥና ይሁዳ ሁሉ እግዚአብሔርን ይፈልጉ ዘንድ ተከማቹ፤ (2ኛ ዜና.20:3-4)

4. ካህኑ ዕዝራና የእስራኤል ሕዝብ በጾምና በጸሎት ወደቁ፤ (ዕዝራ 8:21-23)

5. እስራኤልም በሙሉ በእግዚአብሔር ፊት ራሳቸውን አዋረዱ፤ (ነህ. 9:1-3)

6. አስቴር መርዶክዮስ ከአይሁዶች ጋር እንዲጾሙ እንዲጸልዩ፤ (አስ. 4:15-17)

7. ዳንኤልና ጓደኞቹ የሰማይ አምላክ ሚስጥር እንዲገልጽላቸው፤ (ዳን. 2:17-18)

8. የእስራኤል መሪዎችና ሕዝቡ በሙሉ ለጸሎት ወደቁ፤ (ኢዩ. 2:15-17)

9. ኢየሱስና ደቀመዛሙርቱ በጌቴሴማኒ በአንድነት በጸሎት ለመትጋት፤ (ማቴ. 26:40-41)

10. ወንድሞችና እህቶች በአንድ ልብ ሆነው በጸሎት ይተጉ ነበር፡፡ (ሐዋ. 1፡14)

11. በህብረት በትምህርት አብሮ በመቁረስ በጸሎት ይተጉ ነበር፡፡ (ሐዋ. 2፡42)

12. በህብረት እንደ ቃሉ በጸሎት ይተጉ ነበር (ሐዋ. 4፡24-31)

13. በጾምና በአምልኮ መትጋት፤ (ሐዋ. 13፡2-3)

14. በጸሎት የተጉ ሰማዕታትን ቀበሩ፤ (ሐዋ. 8፡2)

እግዚአብሔርን በመፈለግ ይሁን (አሞጽ 5:4)

ከእግዚአብሔር ጋር ስንነጋገር በማድመጥና በመስማት ይሁን

1. አብርሃም ሲናገር እግዚአብሔር ሲመልስ፤ (ዘፍ. 18:22-31)

2. ሙሴ ሲናገር እግዚአብሔር ሲመልስ፤ (ዘጸ. 19:7-15)

3. ዳንኤልና ጓደኞቹ ለእግዚአብሔር ተናገሩ እግዚአብሔር ሚስጥር ገለጸላቸው፡፡ (ዳን. 2:19-21)

4. ዳዊትም በማለዳ ለእግዚአብሔር ተናገረ ለመስማትም ተዘጋጀ፤ (መዝ. 5:3)

5. በአንድ ልብ ሆነው በጸሎት ጠበቁት፤ (ሐዋ. 2፡1-4)

እግዚአብሔር በተለያየ መንገድ ስለሚናገረን እናስተውል

1. እግዚአብሔር አፍ ለአፍ ስናውቀው ይናገራል፡፡ (ዘኍ. 12:6-7)

2. ሐናንያ በራዕይ ስለ ጳውሎስ፤ (ሐዋ. 9፡10)

3. ኢሳይያስ በራዕይ ክብሩንና ድምፁን ሰማ፤ (ኢሳ. 6፡1-11)

4. ሕዝቅኤል በራዕይ ሰማያት ተከፍቶ አየ፤ (ሕዝ. 1:1)

5. ለሳሙኤል በሴሎ በቃሉ ይገለጽለት ነበር፡፡ (1ኛ ሳሙ. 3:21)

6. በድምጽ ለኤርምያስ የመጣለት፤ (ኤር. 33:1-3)

7. በፀጥታ ድምፅ ለኤልያስ የመጣለት፤ (1ኛ ነገ. 19:12)

8. በመንፈስ ቅዱስ ድምጽ ሳኦልና በርናባስ፤ (ሐዋ. 13፡2-4)

9. ሐዋርያው ዮሐንስ በመንፈስ ቅዱስ፤ (ራእይ 1:10)

10. ጳውሎስና ሲላስ መንፈስ ቅዱስና የኢየሱስ መንፈስ ሲከላከል፤ (ሐዋ. 16፡5-7)

የህብረት ጸሎት ጥቅሙና አስፈላጊነቱ

1. የተጠራውን ለህብረት ስለሆነ፤ (1ኛ ቆሮ. 1:9፤ 1ኛ ዮሐ 1፡1-5)

2. በህብረት ብዙ ድል ስላለ፤ (ዘዳ. 32:30፤ ዘሌ. 26:8፤ ኢያሱ 23:10፤ ሐዋ. 2፡4፤ 2ኛ ተሰ. 3:1)

3. አንዱ የሌላውን ለመሸከም፤ (ያዕ. 5:16፤ ገላ. 6:2)

4. እግዚአብሔር በረከትንና ህይወትን አዟል፤ (መዝ. 133:1-3)

5. ጸሎት የቤተ ክርስቲያን አንዱና ዋና አምልኮ ስለሆነ፤ (1ኛ ጢሞ. 2:1-4)

6. ተስማምቶ ለመጸለይ እንዲቻል፤ (ማቴ. 18:20)

7. የጋራ ጠላት ስላለን፤ (ኤፌ 6:10-18)

8. እንደ አንድ ቤተሰብ ስለተጠራን፤ (ኤፌ 2:11-22)

9. ታላቁን ትዕዛዝ በአንድነት ፍቅር ለመግለፅ፤ (ማቴ. 2:37-40)

10. ታላቁን ተልዕኮ በግልና በህብረት ለመፈፀም፤ (ማቴ. 2:1-4)

እንዴት በህብረት እንጸልይ (ማቴ. 6:9-10)

1. ጸሎት የቤተ ክርስቲያን ቅድም አምልኮ እንደሆነ ማመን፤ (ሐዋ. 1:12-14፤ 2፡42፤ 13:1-4፤ 1ኛ ጢሞ. 2:1-4)

2. ለሰዎች መዳን ታላቁ ተልዕኮ እንዲፈፀም፤ (1ኛ ጢሞ. 1:19-20)

3. የመከሩ ሠራተኞችን እንዲልክ፤ (ማቴ. 9:36-37)

4. በትጋት ለመጸለይ፤ (ሐዋ. 1:14)

5. በአንድ ልብ በመስማማት፤ (ማቴ. 18:18-20፤ ሐዋ. 2:1-4)

6. አንድነትን እንድንጠብቅ ታዞናል፡፡ (ዮሐ. 17:20-23፤ ኤፌ. 4:2-3)

7. ቃሉን ማዕከል በማድረግ፤ (ሐዋ. 6:4)

8. ለመንፈስ ቅዱስ በመስጠት፤ (ሐዋ. 2:1-4)

9. ግልፅ የሆነ ርዕሶች ይዘን፤ (1ኛ ጢሞ. 2:1-4)

10. ለጉባዔው ሸክሙን እንዲያራግፍ ጊዜ መስጠት ያስፈልጋል፡፡ (ሐዋ. 4:24-31)

የጸሎት መሪዎች ሊከተሏቸው የሚገባ መርህ

1. እንደ እግዚአብሔር ቃል የሚመሩ፤ (1ኛ ጴጥ. 4:11)

2. በቃሉና በጸሎት የሚተጉ፤ (ሐዋ. 6:4)

3. የሚያጸልዩ ብቻ ሳይሆኑ ራሳቸውም የሚጸልዩ፤ (ሐዋ. 2:1-5)

4. እንደ ቤተ ክርስቲያን በዓላማ የሚጸልዩ፤ (1ኛ ጢሞ. 2:1-4)

5. እግዚአብሔርን ለመስማት ጊዜ የሚሰጡ፤ (ሐዋ. 16:6-10)

6. በጾምና በአምልኮ መንፈስ ቅዱስ የሚለውን የሚሰሙ፤ (ሐዋ. 13:1-4)

7. ብዙ ቃል የማይናገሩ፣ የማይፈጥኑ፤ (መክብብ 5:1-2)

8. ለመስማት የፈጠኑ፣ ለመናገር የዘገዩ፤ (ያዕ. 1:19)

9. በተሰጠው ርዕስ አተኩረው የሚጸልዩ፤ (ሐዋ. 4:24-31)

10. በሰማይና በምድር ያለ አባትነት ፊት እንዳለን ማሳሳብ፤ (ኤፌ. 3:14-15)

ወደ እግዚአብሔር የሚቀርብ ጸሎት

11. ጉባዔው ጸሎት እንዲሰማ በመስማማት መጸለይ አለበት፡፡ (2ኛ ዜና. 20፡3-4፤ ማቴ. 18፡18-20)

12. ሃሳብን ከሚከፋፍል አነጋገር መጠንቀቅ፤ (ፊል. 2፡1-3)

13. ጸሎታችን በእምነት እንደተቀበለን ማወቅ፤ (ማር. 11፡24)

14. የመሪው የልብ ዝግጅት ያስፈልጋል፡፡ (ምሳሌ 16፡1)

15. መሪ ቀድሞ ቦታው የሚገኝ፤ (ኢያሱ 3፡5-6)

16. በንግግር ብዛት ጸሎት ዓላማውን እንዳይስት፤

17. የስብከት ቦታም እንዳልሆነ ማወቅ፤

18. መሪ በአጭሩ የሚያነቃቃ ቃልና ማበረታቻ ይናገር፤

19. በተሰጠው ርዕስ መጸለዩን ማረጋገጥ፤ (ሐዋ. 4፡24-31)

20. ሰዎች መልዕክት ተሰጠኝ ካሉ የጉባዔው መሆኑን መለየት፤ (1ኛ ቆሮ. 14፡29-30)

የቤተክርስቲያን የምልጃ ጸሎት ህብረትን ማደራጀት

በአካሉ ውስጥ ሁሉም ብልት አስፈላጊ እንደሆነ በቤተክርስቲያን ሁሉም በተሰጠው ፀጋ አስፈላጊ እንደሆነ መረዳት ይጠቅማል፡፡ በቤተክርስቲያን ውስጥ ሁሉም አማኝ መመስከርና መጸለይ ሀላፊነት ቢኖርባትም አንዳንድ ወንድሞችና እህቶች ለየት ባለ ፀጋ የመመስከርና የነፍሳት መዳን ሁልጊዜ የሚያሳስባቸው ሸክም የሚሆናቸው አሉ፡፡ እንዲሁም በጸሎትም ሁልጊዜ የሰዎች፣ የቤተክርስቲያን፣ የአገር፣ የዓለም አቀፍ ጉዳይ በጸሎት የሚማልዱና የሚቃትቱ እንዳሉ የታወቀ ነው፡፡

የጸሎት ህብረት ሲደራጅ መርሁን ማወቅ

ለቤተክርስቲያን ለአካሉ የጸሎት ሸክም ያላቸው፤ በመማለድ ሸክም የሚታይባቸው፤ የሌሎች ችግር የሚሰማቸው፤ አልቃሾችና የእንባ ሰዎች ናቸው፡፡ (ኤር. 9:1) የመንፈስ ቅዱስ መረዳት በጽድቅና በጸሎት የሚተጉ፤ (ሉቃስ 2:25-26) በትዕግስትና በመፅናት በጸሎት የሚጠባበቁ ናቸው፡፡ (ማቴ. 24:13፤ ሉቃስ 2:36-37) ለአመኑት እውነትና ለሰሙት የእግዚአብሔር ድምጽ ዋጋ ለመክፈልና ለመስጠት የተዘጋጁ ናቸው፡፡ በእግዚአብሔር ፊት በጸሎት በመሆን መፍትሔ እንደሚገኝ ያምናሉ፡፡ (ዳን. 2:17-21)

በጸሎት ህብረት የሚጸልዩ ባሕርያትን ለመገምገም

- ትሕትናን የተላበሱ ቢሆኑ መልካም ነው፡፡ (ኤፌ. 4:2)
- በጌታ ፍቅር ልባቸው የተወረሰ ቢሆኑ፤ (1ኛ ዮሐ 4:16)
- በእምነት የተሞሉ ቢሆኑ፤ (ዕብ. 11:6፤ 1ኛ ጢሞ. 1:19)
- በጥበብና መንፈስ የተሞሉ ቢሆኑ፤ (ሐዋ. 6:3)
- ቤተክርስቲያን የክርስቶስ መሆኗን የተረዱ፤ (ማቴ. 16:16-18)

ወደ እግዚአብሔር የሚቀርብ ጸሎት

- የተጠሩበትን የሚያውቁ፤ (1ኛ ቆሮ. 1:26)
- ጨለምተኛ ያልሆኑ በመንፈስ የሚረዱ፤ (1ኛ ቆሮ. 2:10)
- አርቀው የሚመለከቱ፤ (2ኛ ጢሞ. 4:7-8)
- ምሬተኛና አጉረምራሚ ያልሆኑ፤ (ዕብ. 3:12)
- ከቡድንተኝነትና ከአመጽ የራቁ፤ (2ኛ ጢሞ. 2:19)
- ከሐሜትና ከአሉባልታ የራቁ፤ (1ኛ ጴጥ. 2:1)
- የመማለድ ፍላጎት ያላቸው፤ (ፊል. 4:4-7)
- ለመሪነት ተስፋ የሚጣልባቸው፤ (ሐዋ. 6:3)
- በጸሎት ፕሮግራሞች የሚገኙ፤ (1ኛ ጢሞ. 2:1-4)
- የጸሎት ስልጠናን የሚካፈሉ፤
- በቃሉ ላይ የሚያተኩሩ፤ (1ኛ ጢሞ. 6:3)
- ንግግር የማያበዙ፤ (1ኛ ጢሞ. 6:4-5)
- ንግግር የማይደጋግሙ፤ (ማር. 15:4)
- በጸሎትና በጾም የሚተጉ፤ (ሉቃስ 2:36-37)
- ከሁሉም ጋር በሰላም የሚኖሩ፤ (ፊል. 2:1-5)
- ህብረቱን የማያውኩ፤ (ኤፌ. 4:4-6)
- ከሌሎችም ጋር የሚግባቡ፤ (1ኛ ጢሞ. 1:5)
- የምሕረትና የይቅርታ ልብ ያላቸው፤ (ማር. 11:25-26)
- አንበርክከው የማይሰብኩ፤
- ፕሮግራሙን መዝሙር ብቻ የማያደርጉ፤
- የህይወት ንጽሕናና ምሳሌነት ያላቸው፡፡ (2ኛ ጢሞ. 1:13)

ወደ እግዚአብሔር የሚቀርብ ጸሎት

ስለጥሞና ጊዜ ቅድመ ዝግጅት

1)የእግዚአብሔርን ቃል ለእውቀት የምናጥናበት ጊዜ አይደለም፤

2) ለስብከት የሚሆን መልክት የምናዘጋጅበት ጊዜ አይደለም፤

3)የእግዚአብሔርን ቃል እንደስድንባብ የምናነብበት ጊዜ አይደልም፤

ታዲያ የጥሞና ጊዜ ዝግጅት ምንድን ነው?

1)ያልተሰመረበት መጽሐፍ ቅዱስ ይኑረን፤

2)የግል ማስታወሻ ደብተር ይኑረን፤

3)የጸሎት ደብተር ይኑረን፤

4)የምጽፍበት እስኪሪቢቶ ይኑረን፤

5)የተወሰነ ሰዓትና ቦታ ይኑረን፤

በጥሞና ጊዜ ሊደረጉ የሚገባቸው

1)የእግዚአብሔርን ቃል አንድ ክፍል ወስደን በአትኩሮት የምንመለከትበት ጊዜ ነው

2)ያነበብነውን የመጽሐፍ ቅዱስ ክፍል የምናሰላስልበት ጊዜ ነው፤

3)ከአነበብነው የእግዚአብሔር ቃል በግልጽ የተናገረን ካለ በግልጽ ማስታወሻችን ላይ እንጻፈው

4)ከአነበብነው የእግዚአብሔር ቃል፣ስለ ግል፣ስለቤተሰብ፣ስለ ቤተክርስቲያን፣ስለ ሀገር፣ የተናገረን ነገር ካል በጸሎት ደብተራችን ላይ ጽፈን እንጸልይበት

5)ንስሐ የምንገባበት ካለ፣በግል በቤተሰብ በቤተክርስቲያን በሀገርና በህዝብ በግልጽ እንናዘዝ

6)ለእግዚአብሔር መንፈስ ቅዱስና ለቃሉም ለመታዘዝ፣እራስን ማዘጋጀት፣

7)እግዚአብሔርን አምላክነቱንና ታላቅነቱን እያሰብን እናምልከው

<u>መግቢያ ንባብ ሉቃስ 2፡25 እስከ 38</u>

<u>ለምንድን ነው የጥሞና ጊዜ መድረግ ያለበት?</u>

1)እግዚአብሔርን እንድናወቀው፣ሆሴ 6፡3

2)እግዚአብሔርን እንድናመልከው፣1ዜና 28፡9 እስከ 10

3)እግዚአብሔርን እንድነወደው፣ማቴ 22፡37

4)እግዚአብሔርን እንድንሰማው፤ምሳ 1፡33

5)እግዚአብሔርን እንድንታመንበት፣ምሳ 3፡5

6)እግዚአብሔርን እንድንታዘዘው፤ዘፍ 6፡22

7)የእግዚአብሔር ፈቃዱን እንድናድርግ፤ማቴ 7፡21

8)የእግዚአብሔርን ቅድስና እንድናውቅ፤ዕብ 12፡14

9)እግዚአብሔርን እንድንፈራው፤ ምሳ 19፡23

10)እግዚአብሔርን እንድናከብረው፤ዮሐ 17፡4

<u>የጌታችን የኢየሱስ ክርስቶስ የጥሞና ጊዜዎቹ</u>

1)ኢየሱስም ማልዶ ተነስቶ ገና ሌሊት ሳለ ወጣ ወደ ምድረ በዳ ሂዶ ጸለየ(ማር 1፡35)

2)ጌታም ሕዝቡን አሰናብቶ፣ይጸልይ ዘንድ ብቻውን ወደ ተራራ ወጣ፡፡ማቴ 14፡23፣ሉቃ 9፡29

3)ኢየሱስም እለት እለት በመቅደስ ያስተምር ነበር፡፡ሌሊት ግ ን ደብረዘይት ወደምትባል ተራራ ወጥቶ ያድር ነበር፤ሉቃ 21፡37፣ዘጸ 34፡29

4)ኢየሱስም በእነዚህ ወራት ይጸልይ ዘንድ ወደ ተራራ ወጣ፣ሌሊቱንም ሁሉ ወደ እግዚአብሔር ሲጸልይ አደረ፡፡ሉቃ 6፡12

5)ሕዝቡም ሁሉ ከተጠመቁ በኋላ ኢየሱስም ደግሞ ተጠመቀ፤ሲጸልይም ሰማይ ተከፈተ መንፈስ ቅዱስም በአካል መልክ እንደ ርግብ በእርሱ ላይ ወርዶ፣የምወደህ ልጄ አንተ ነህ፣በአንተ ደስ ይለኛል የሚል ድምጽ ከሰማይ መጣለት፤ ሉቃ 3፡21 እና 22

<u>ማቴ 6፡5 እስከ 6</u>

<u>ታዲያ የጥሞና ጊዜ ምንድነው?</u>

1)በአመጸኛ ትውልድ መካከል፣አካሄዳችንን ከእግዚአብሔር ጋር የምናድርግበት ነው፡፡ (ዘፍ 5፡24)

2)እራሳችንን በእግዚአብሔር ፊት የምናድርግበት፤ዘፍ 19፡27

3)በማለዳ በእግዚአብሔር ፊት ለመሆን ወደ ተራራው ይምንወጣበት የምንቆይበት ጊዜ ነው።(ዘጸ 34፡2ና 3

4)ሙሴም በዚያ አርባ ቀንና ሌሊት ከእግዚአብሔር ጋር ነበር፣እንጀራም አልበላም ወሃም አልጠጣም።በጽላቶቹም አስሩን የቃል ኪዳን ቃሎች ጻፈ። ዘጸ 34፡28

5)ኢያሱም ማልዶ ተነሳ፤ኢያሱ 3፡1፣መዝ 5፡3

6)ሳሙኤልም እግዚአብሔርን ሲያውቅ ማልዶም ተተሳ፣በእግዚአብሔር ፊት ሆነ 1ሳሙ 3፡15

7)ዳንኤልም ጽሕፈቱ እንደ ተጻፈ ባወቀ ጊዜ ሁኔታዎች ሳይዙት በአምላኩ ፊት በቀን ሦስት ጊዜ መጸለዩን አላቆመም፤ዳን 6፡10 እስከ 11

8)በእግዚአብሔር ፊት በመቆየት ጥበብንና ማስተዋልን የምናገኝበት ጊዜ ነው ዳን 9፡21 እስከ 23

9)ዙሪያችን የጠላት ከበባ ቢኖር እንኳን የእግዚአብሔር አብሮነት የምናይበት 2ኛ ነገ 6፡15 እስከ 16

10)በሰማይና በምድር ያለ አባትነት በሚሰየምበት ፊት የምንበረከክበት ነው፤ኤፌ 3፡14 እና 15

ሀ)አንተ ግን ስትጸልይ ወደ እልፍኝህ ግባ መዝጊያህንም ዘግተህ በስውር ላለው አባትህ ጸልይ፣በስውር የሚያይህ አባትህም በግልጥ ይከፍልሃል።(ማቴ 6፡6)

ለ)ሕዝቤ ሆይ ና ወደ ቤትህም ግባ ደጅህንም በኋላህ ዝጋ ቁጣ እስኪያልፍ ድረስ ጥቂት ጊዜ ተሸሸግ፣ይላል።(ኢሳ 26፡20)

ወደ እግዚአብሔር የሚቀርብ ጸሎት

ዘዳግ 32፡46 ና 47፤ዘዳ 11፡18 ና 19

<u>የጥሞና ጊዜ ጥቅሞቹ ምንድናቸው?ኢያሱ 1፡7 እስከ 9</u>

1)በእግዚአብሔር ቃል ለማደግ ይረዳል፡፡1ጴጥ 2፡2፤1ሳሙ 3፡7)

2)በእግዚአብሔር ጸጋና እውቀት ለማደግ 2ኛ ጴጥ 3፡18

3)የእግዚአብሔርን ፍቅር ለመለማመድና ትዕዛዙን ለመጠበቅ ስለሚረዳን፤ዮሐ 14፡21

4)የመንፈስ ቅዱስ ትምህርትንና ጸጋውን ለመቀበል ስለሚረዳን ነው፡፡ዮሐ 14፡26

5)የእግዚአብሐርን የትዕግሥቱን ቃል ለመጠበቅ ስለሚያስችለን ነው፡፡ራእ 3፡10

6)በእግዚአብሔር ቃል ለመታረምና ለመስተካከል፤ስለሚረዳን ነው፤2ጢሞ 3፡16

7)የእግዚአብሔር መንፈስ ለመንፈሳችን ማስተዋልና መረዳት እንዲሰጠን፤ኢዮ 32፡8፤ 1ቆሮ 2፡10

8)የእግዚአብሔር መንፈስ ለመንፈሳችን እንዲመሰክርልን ነው፤ሮሜ 8፡16

9)የእግዚአብሄር ልጆች ስለሆንን በመንፈስ ቅዱስ እንድንመራ፤ ሮሜ 8፡14

10)የሥጋን ሥራ በመንፈስ እንድናሸንፍ ስለሚያደርገን ነው፡፡ሮሜ 8፡13

11)እግዚአብሔርን እንዳንበድል ቃሉን በልባችን ለመጠበቅ ስለሚያስችለን፤መዝ 119፡11

12)የእግዚአብሔርን ቃል ለማሰብና ለማሰላሰል ስለሚረዳን፤ኢያሱ 1፡8

13) ነገር ግን ለሌሎች ከሰበከሁ በኋላ ራሴ የተጣልሁ እንዳልሆን ሥጋዬን እየጎሰምሁ አስገዛዋለሁ። ፤1ቆሮ 9፡27

14)በጽድቅ ጀምሮ በቅድስና ለመጨረስ ስለሚያስችል፤1ተሰ 4፡3 ሉቃ 1፡74 ና 75

2ጢሞ 2፡15 ፤ ማቴ 22፡37 እስከ 40

የጥሞና ጊዜ የሚያስፈልገው ለምንድን ነው?

1)ከእግዚአብሔር ጋር ሕብረት እንዲኖረን፤1 ዮሐ 1፡1 እስከ 4

2)ከጌታ የሆነውን ትምህርት የምንማርበት፤ገላት 1፡12

3)በእግዚአብሔር ውስጥ የምንደበቅበት፤መዝ 39፡7

4)ከእግዚአብሔር ኃይል የምንቀበልበትና የምንጠበቅበት ነው፤ኢሳ 40፡31

5)በእግዚአብሔር ጸጋ ከችግሩ በላይ የምንኖርበት ስንደክም የምንበረታበት፤2ቆሮ 12፡8 እስከ 9

6)በጌታና በኃይሉ ችሎት የጠላትን ኃይል ሁሉ የምናሸንፍበት፤ኤፌ 6፡10 እስከ 13

7)እራሳችንን በመርመር ለመኖር ይረዳል፤1ቆሮ 11፡31

ሀ)በእምነት ብትኖሩ ራሳችሁን መርምሩ፤2ቆሮ 13፡5

ለ)አቤቱ መርምረኝ የዘላለምን መንገድ ምራኝ፤መዝ 139፡23 እስከ 24

8)እግዚአብሔርን ስለሁሉ ለማመስገን፤ኤፌ 5፡20

ሀ)በምስጋና ውስጥ ማዳኑን እናያለን፤መዝ 50፡23

ለ)ለጸሎትና ለምስጋና ለእግዚአብሔር ፈቃድ ለመኖር፤1ተሰ 5፡16 እስከ 18

ሐ)በምስጋና ወደ ደጆቹ ለመግባት፤መዝ 100፡4

9)እግዚአብሔር እንዲቀድሰን ያድርገናል፤ዘኁ 11፡45

ሀ)የእግዚአብሔር ፈቃድ መቀደሳችን ነው፤1ተሰ 4፡3

ለ)በእውነት ቃል ስለሚቀድሰን ነው፤ዮሐ 17፡17

ሐ)ቃሉ መንፈስና ሕይወት ነው፤ዮሐ 6፡63

10)በምናልፍበት ሁሉ አብሮነቱን እናየዋለን

ሀ)በሄድኩበት ሁሉ አብሮኝ ለነበር፤ዘፍ 35፡1 እስከ 3

ለ)እግዚአብሔር ከዮሴፍ ጋር ነበር፤ዘፍ 39፡21

ሐ)ከሙሴ ጋር እንደነበርኩ ከአንተ ጋር እሆናለሁ፤ኢያሱ 1፡5

መ)በሞት መካከል እንኳን ብሆን አንተ ከእኔ ጋር ነህ፤መዝ 23፡4

ሠ)ሁሉ ተውኝ ጌታ ግን አጠገቤ ሆኖ አበረታኝ፤2ጢሞ 4፡16 እስከ 17

ማር 3፡14 እንዲሁም ዮሐ 15፡5

ምሳሌ 1፡33 የሚሰማኝ

የጥሞና ጊዜ እግዚአብሔር ላይ የምናርፍበት ነው፡፡

1)እርፉ እኔም አምላክ እንደሆንኩ እወቁ፤መዝ 46፡10

2)ነፍሴ ወደ ሕያው አምላክ ተጠማች፣መቼ እድርሳለሁ የአምላኬንስ ፊት አያለሁ፤መዝ 42፡2

3)በፍጹም ልብ በእግዚአብሔር የምንታመንበት የራስን ማስተዋል የማንደገፍበት፣ምሳሌ 3፡5

4)እግዚአብሔር ግን በተቀደሰ መቅደሱ አለ፣ምድርም ሁሉ በፊቱ ዝም ትበል፤ዕንባ 2፡ 20

5)ለእርሷም ማርያም የምትባል እህት ነበረቻት፣እርሷም ደግሞ ቃሉን ልተሰማ በኢየሱስ እግር አጠገብ ተቀምጣ ነበረች፤ሉቃስ 10፡39

6)ኢየሱስም ይወደው የነበረው ከደቀመዛሙርቱ አንዱ በኢየሱስ ደረት ላይ ተጠጋ፤ዮሐ 13፡23

7)ሰው ዝም ብሎ የእግዚአብሔርን ማዳን ተስፋ ቢያደርግ መልካም ነው፤ሰቆ ኤር 3፡26

8)እግዚአብሔር ስለ እናንተ ይዋጋል፣እናንተም እናንተም ዝም ትላላችሁ አላቸው፤ዘጸ 14፡14

9)የእግዚአብሔር ቀን ቀርቧልና እግዚአብሔርም መሥዋዕትን አዘጋጅቷልና የጠራቸውንም ቀድሷልና በጌታ በእግዚአብሔር ፊት ዝም በሉ፤ሶፎ 1፡7

10)እግዚአብሔር ከተቀደሰ ማደሪያው ነቅቶአልና ሥጋ ለባሽ ሁሉ ሆይ፣በፊቱ ዝም በሉ፤ ዘካ 2፡13

<u>በጥሞና ጊዜ ቅድስናውን ያሳየናል፤</u>

<u>የሚቀድሰን ማነው? እንዴት ይቀድሰናል?</u>

ወደ እግዚአብሔር የሚቀርብ ጸሎት

1)የሰላም አምላክ እራሱ ሁልነተናችሁን ይቀድስ፣መንፈሳችሁ፣ነፍሳችሁ፣ሥጋችሁም ጌታችን ኢየሱስ ክርስቶስ በመጣ ጊዜ ያለ ነቀፋ ፈጽመው ይጠበቁ፡፡1ተሰ 5፡23

2)ከእናንተ አንዳንዶች እንደዚህ ነበራችሁ፣ነገር ግን በጌታ በኢየሱስ ክርስቶስ ስማን ደም በአምላካችንም መንፈስ ታጥባችኋል፣ተቀድሳችኋል፣ጸድቃችኋል ይላል፡፡1ቆሮ 6፡11

3)እግዚአብሔር አብ አስቀድሞ እንዳወቃቸው በመንፈሱም እንዲቀደሱ ይታዘዙና በኢየሱስ ክርስቶስ ደም ይረጩ ዘንድ ለተመረጡት 1ጴጥ 1፡2

4)በእውነት ቀድሳቸው፣ቃልህ እውነት ነውና፤ዮሐ 17፡17

ወደ እግዚአብሔር የሚቀርብ ጸሎት

ራሳችንን ለቅድስና ማዘጋጀት

1) ከሰው ሁሉ ጋር ሰላምን ተከታተሉ ትቀድሱ ዘንድ ፈልጉት ያለ እርሱ ጌታን ሊያይ የሚችል የለምና፤ ዕብ 12፡14

2) ይህ የእግዚአብሔር ፍቃድ እርሱም መቀደሳችሁ ነውና፤ (1ተሰ 4፡3)

3) ዳሩ ግን እኔ ቅዱስ ነኝና ቅዱሳን ሁኑ ተብሎ ስለተጻፈ የጠራችሁ ቅዱስ እንደሆነ እናንተም ደግሞ በኑሮአችሁ ሁሉ ቅዱሳን ሁኑ፤ 1ጴጥ 1፡15 እና 16

4) በእግዚአብሔር ፍርሃት ቅድስናን ፍጹም እያደረግን ሥጋንና መንፈስን ከሚያረክስ ሁሉ እራሳችንን እናንጻ፤ 2ቆሮ 7፡1

www.ingramcontent.com/pod-product-compliance
Lightning Source LLC
Chambersburg PA
CBHW020655060526
44119CB00068B/5
9798989525515

ዋቢ መጽሐፍት

1)ጸሎትን ወደ ሥፍራው እንመልስ፣አዲስ ጌታቸው

2)War in the spirit –by Rev Augustine E momohi o. p

3)Varites of pr7ayer-by Margaret M Poloma

4)Intercessory prayer-C Peter Wagner

5)The coming Revival –By Bill Bright

6)Knowing God –By J.I.Packer

7)The bonadage Breaker-Neil T Andreson

8)Watchman Prayer- Dutch sheetc

9)ሪቫይቫል- በጸጋአብ በቀለ

10) Praying the scriptures-by Judson Cornwall

11) Harvest Glory-by Ruth Hefline

12) Learning to walk with God-Charlie Rggs

13)Divine Encounter with the holy Spirit-by Gujllermo ma ldonado

14)Living the extraordinary life-by Charles F Stanley

15)Battle Filled of the mind-By Joyce Meyer